முதல் நாள்

ராக்கின் சிறுகதைகள்

ராக்

இப்புத்தகம்

என்னைப் படைத்த தாய் தந்தைக்கும்

எனது வாழ்வின் பாதையை மாற்றிய இலக்கியத்திற்கும்

பொருளடக்கம்

முன்னுரை

வணக்கம்..........! நான் **ராக்**. என்னுடைய முழு பெயர் **ரா. அருண் குமார்**. அதனைச் சுருக்கி **ராக்** என வைத்துள்ளேன். நான் பிறந்து வளர்ந்தது எல்லாம் தூத்துக்குடி மாவட்டத்தில் உள்ள கோவில்பட்டியில்தான். தற்பொழுதும் நான் கோவில்பட்டியில்தான் வசித்துவருகிறேன். ஆங்கில இலக்கியத்தில் இளங்கலை பட்டம் பெற்றுள்ளேன். தற்பொழுது போட்டித் தேர்விற்கு தயார் செய்து வருகிறேன். பத்து சிறுகதைகள் அடங்கிய இப்புத்தகம் எனது முதல் புத்தகமாகும்.

இலக்கியம் மட்டும் இல்லையென்றால் நான் இந்தப் புத்தகத்தை எழுதியிருக்கமாட்டேன். என் வாழ்வின் திசையும் வேறு வழியில் சென்றிருக்கும். ஒரு இயந்திர வாழ்க்கையில் இயந்திரமாகத்தான் நானும் இருந்திருப்பேன். என்னை அவற்றிலிருந்து காப்பாற்றிய இலக்கியத்திற்கு இந்நேரத்தில் நன்றி கூற விரும்புகிறேன். இலக்கியம் எனக்கு மகிழ்ச்சியை கொடுத்தது, இன்பத்தைக் கொடுத்தது, அழுகையை கொடுத்தது மற்றும் வாழ்வை வாழ்வதற்கு கற்றுக்கொடுத்தது.

புத்தகங்களை வாசிக்கும் பழக்கம் இருந்தால் சக மனிதர்களை நேசிக்கும் பழக்கம் வரும் என்பார்கள். சிறுவயதிலிருந்தே புத்தகங்களை நான் வாசிக்கவும் நேசிக்கவும் தொடங்கிவிட்டேன். கல்லூரி இறுதியாண்டு படிக்கும்பொழுதுதான் சிறுகதைகளை எழுதத் தொடங்கினேன். அவைகளையெல்லாம் தொகுத்து உங்களிடம் புத்தகமாக சேர்ப்பதற்கு இரண்டு வருடங்களுக்கு மேலாகிவிட்டது.

புதிதாக வாசிப்பு பழக்கத்தை ஏற்படுத்த நினைக்கும் அனைவருக்கும் இந்தப் புத்தகம் சிறப்பானதாக இருக்கும் என நம்புகிறேன். இந்த புத்தகத்தை உருவாக்க முக்கிய காரணமும் அதுவே. வாழ்க்கைக்கான பதில்கள் புத்தகத்தில் இருப்பதை நான் முழுவதுமாக நம்புகிறேன். பரந்து விரிந்த இவ்வுலகில் பாடப் புத்தகங்கள் மட்டுமே பயன்தராது

ஆகவே பள்ளி, கல்லூரி மாணவர்கள் பாடப்புத்தகங்கள் மட்டுமில்லாமல் வாழ்விற்கு வளம் தரக்கூடிய பிற நூல்களையும் வாசிக்க வேண்டும் என அன்புடன் கேட்டுக்கொள்கிறேன். நேரம் கிடைக்கும் பொழுது வாசிப்பதை விட, புத்தகங்களை வாசிப்பதற்கு நேரத்தை ஒதுக்க வேண்டும் என பலர் கூறியுள்ளனர். புத்தகங்களை வாசித்து வாழ்வில் வெற்றிபெற வாழ்த்துகள்.

நன்றி!!!

-ராக்

நன்றி

நான் இதுவரை நேரடியாக என் தாய் தந்தையிடம் **நன்றி** என்னும் சொல்லை கூறியதில்லை, ஆனால் மனதிற்குள் பல முறை கூறியுள்ளேன். நான் எடுக்கும் ஒவ்வொரு முயற்சிக்கும், ஒவ்வொரு புதிய செயல்களுக்கும் ஊக்கம் அளித்து உறுதுணையாக இருக்கும் எனது தாய் தந்தைக்கு இந்த புத்தகத்தின் வாயிலாக எனது **உயிர் கலந்த நன்றியினை** தெரிவித்துக்கொள்கிறேன்.

மாணவ, மாணவிகளை தன்பிள்ளைகள் என எண்ணி அவர்கள் வாழ்வின் வளர்ச்சிக்கு முக்கிய பங்காற்றுபவர்கள்ஆசிரியர்களே. மாணவர்களின் வெற்றியே ஆசிரியரின் வெற்றி. எனக்கு பாடம் கற்பித்த, கற்பிக்காத ஆசிரியர்கள் அனைவருக்கும் எனது **மரியாதை கலந்த நன்றியினை** தெரிவித்துக்கொள்கிறேன்.

ஜாதி, மத, வயது எல்லைகளைக் கடந்து எந்த ஒரு சூழ்நிலையிலும் நம்முடன் இருப்பவர்கள் நண்பர்களே. பெற்றோர்களிடமும் மற்ற உறவுகளிடமும் கூற இயலாத பலவற்றையும் நண்பர்களிடம் பகிர்ந்து கொள்ள இயலும். ஒருவருக்கு நல்ல நண்பர்கள் கிடைத்துவிட்டால் அவரின் எண்ணங்கள் எளிமையாகிவிடும். எனது எண்ணங்களை எளிமையாக்கிய என்னுடைய நண்பர்கள் அனைவருக்கும் எனது **அன்பு கலந்த நன்றியினை** தெரிவித்துக்கொள்கிறேன்.

எனது வாழ்வின் திசையை மாற்றிய, எனது கேள்விகளுக்கு பதில் அளித்த, இந்த உலகை காட்டிய இலக்கியத்திற்கு என்னுடைய **இதயம் கலந்தநன்றியினை** தெரிவித்துக்கொள்கிறேன்.

புத்தகங்கள், என்னுடைய எழுதுகோல், காகிதங்கள் ஆகிய அனைத்துக்கும் என்னுடைய **உணர்வு கலந்த நன்றியினை** தெரிவித்துக்கொள்கிறேன்.

என்னுடைய இந்த புத்தகத்தை படிக்கின்ற உங்கள் அனைவருக்கும் என்னுடைய **பணிவான நன்றியினை** தெரி-

வித்துக்கொள்கிறேன்.

இறுதியாக இயற்கைக்கு எனது உயிர் கலந்த நன்றி-யினை தெரிவித்துக்கொள்கிறேன்.

மீண்டும் உங்கள் அனைவருக்கும் எனது நன்றியினை தெரிவித்துக்கொள்கிறேன்.

நன்றி!!!

-ராக்

1

முதல் நாள்

செவ்வாய்க்கிழமை தினத்தன்று எந்தவொரு புது முயற்சியையும் தொடங்க கூடாது என்பதில் பலர் நம்பிக்கை கொண்டுள்ளனர், அது எதுவாக இருந்தாலும் சரி. இன்று ஜூன் 1, கோடை விடுமுறைக்கு பின் பள்ளிக்கூடங்கள் திறக்கும் நாள். செவ்வாய்க்கிழமை எப்படி பள்ளிக்கூடங்கள் திறப்பார்கள் என அருணின் அம்மா கூறினார். படிப்பிற்கும் கிழமைக்கும் என்ன சம்மந்தம் என அருணின் அப்பா கூறினார். இறுதியில் அருணின் அம்மாவின் வாதமே வென்றது. புதிய பள்ளிக்குச் செல்ல ஆர்வமாயிருந்த அருணிற்கு இது வருத்தத்தை உண்டாக்கியது.

தனது புதிய சீருடை, புதுப்பித்த பழைய சைக்கிள், புதிய செருப்பு, புதிய புத்தக பை ஆகியவற்றை மீண்டும் மீண்டும் பார்த்துக்கொண்டிருந்தான் அருண். மதியம் சாப்பிட்டுவிட்டு உறங்கிவிட்டான். மாலையில் எழுந்து தனது தெருவில் உள்ள கோவிலில் நடைபெறும் கொடை விழாவிற்கு சென்றான், இன்று இரவு சாமக்கோடை.

‘என்னல அருணு, ஸ்கூல் எப்படி இருந்துச்சு’ என்று அருணின் நண்பன் கேட்டான்.

‘இன்னைக்கு, செய்வா கிழம, ஸ்கூல் தொறக்க மாட்டாங்கனு எங்க அம்மா சொன்னாங்க’ என அருண் கூறினான்.

‘இல்லையே, நான் போனேனே’

‘உங்க ஸ்கூல் தொறந்துருப்பாங்க, ஆனா எங்க ஸ்கூலுக்கு லீவு’

‘லேய் கொட்டு அடிக்க ஆரம்பிச்சிட்டாங்க வால போவோம்’ என்று பேசிக்கொண்டிருக்கும் போதே அருணின் நண்பன் கூறினான்.

'ம்ம்ம்...வா' என அருண் கூறினான்.........இருவரும் கோயிலை நோக்கி ஓடினர்.

மாலை 7 மணியளவில் சாமியாட்டம் தொடங்கியது, அனைவரும் கோவிலைச் சுற்றி நின்றனர், நையாண்டி மேளம் இடி போல் ஒலித்தது, சாமி ஒருபுறம் ஆட, மற்றொரு புறம் இளைஞர்கள் விசில் அடித்து ஆரவாரம் செய்தனர்.

'லேய் அருணு உங்க அப்பா கூப்புட்றாருல' என்று அருணின் நண்பன் கூறினான்.

கோவிலை விட்டு மைதானத்தை நோக்கி ஓடினான் அருண்.

'என்னப் பா'

'வீட்டுக்குப் போய்த் தூங்கு, நாளைக்கு ஸ்கூலுக்கு போணும்ல'

'சாமக்கொடைய பாத்துட்டு போறேன்ப் பா'

'சாமக்கொட முடிய ஒரு மணிக்கு மேல ஆகும், நீ போய்த் தூங்கு போ' என அருணின் தந்தை கூறிவிட்டு வேலைக்குச் சென்றார். அருணும் வருத்தத்துடன், அங்கிருந்து சென்றான். ஆனாலும் நாளைப் பள்ளிக்கூடம் செல்வதை நினைத்து மகிழ்ந்தான்.

இரவு சாப்பிட்டுவிட்டு டிவி பார்க்கத் தொடங்கினான், கோவிலில் அடிக்கும் நையாண்டி மேளத்தின் சத்தம் இவனை அழைத்தது. என்ன செய்வது தந்தை சொல்லைத் தட்ட முடியாமல் வீட்டிலேயே இருந்துவிட்டான். தனது புத்தக பையை ஒருமுறை பரிசோதித்துவிட்டு உறங்கச் சென்றான்.

நமக்கு மகிழ்ச்சி அளிக்கக்கூடிய தினத்தன்று காலையில் சீக்கிரம் எழுந்துவிடுவது என்பது உலக நியதியே. புதன் கிழமை காலையில் வீட்டில் யாரும் எழுந்திருக்கும் முன் அருண் எழுந்துவிட்டான். பள்ளிக்குச் செல்லும் ஆர்வத்தில் எல்லா வேலையையும் வேகமாகச் செய்தான். குளித்து முடித்தவுடன், அருணின் அம்மா அவனது புது சீருடைக்கு மஞ்சள் வைத்து அவனுக்குப் போட்டுவிட்டாள். உணவு உண்ட பின் சாமி கும்பிட்டு விட்டுத் தன் தந்தையுடன் புதிய புத்தகப்பை மற்றும் புது செருப்பை மாட்டிக்கொண்டு புதுப்பித்த பழைய சைக்கிளை எடுத்துக்கொண்டு பள்ளிக்குச் சென்றான். அவனுடைய மகிழ்ச்சிக்கு அளவே இல்லை. சந்தோசமாகச் சைக்கிளில் சென்றான். பள்ளியை நெருங்கியதும் சிறுது பயம் ஏற்பட்டது.

பள்ளிக்குள் நுழைந்துவிட்டான், அங்கு ஏராளமான சைக்கிள்கள் இருந்ததால், தனது சைக்கிளை எங்கே நிறுத்துவது என்று அவனுக்குத் தெரியவில்லை, அங்கும் இங்கும் பார்த்துக்கொண்டிருந்தான். பின் அவனுடைய தந்தை ஒரு இடத்தைக் காட்டி அங்கு நிறுத்தச் சொன்னார், இவனும் அங்கு நிறுத்திவிட்டு தனது பையை எடுத்துக்கொண்டு தனது தந்தையுடன் உள்ளே சென்றான்.

பள்ளிக்கு உள்ளே சென்றதும் ஒரே கூட்டம். அருணிற்கு கூட்டத்தைப் பார்த்ததும் ஒரே வியப்பு, இவ்வளவு மாணவர்கள் இப்பள்ளிக்கூடத்தில் படிக்கிறார்களா! என்று. ஏனென்றால் அருண் ஐந்தாம் வகுப்புவரை ஒரு தொடக்கப் பள்ளியில் படித்தான், அங்கே மாணவர்களின் எண்ணிக்கை மிகவும் குறைவு. அருணும் அவனுடைய தந்தையும் அங்கும் இங்கும் பள்ளி வளாகத்திற்குள் அலைந்து கொண்டிருந்தனர், அப்போது ஒரு ஆசிரியர் அவர்களைப் பார்த்துக் கேட்டு, ஒரு அறையில் உட்கார சொன்னார், அருணுவும் அவனுடைய தந்தையும் அந்த அறையில் உட்கார்ந்தனர். அங்கே ஏராளமான மாணவர்கள் இருந்தார்கள், ஒரே பேச்சும் கூச்சலுமாக இருந்தது.

பின் இரண்டு ஆசிரியர்கள் அந்த அறைக்குள் நுழைந்தனர், அந்த அறை திடீரென்று அமைதியானது. ஒரு ஆசிரியர் மாணவர்களின் பெயர்களை வாசித்தார் அதில் அருணின் பெயரும் இடம்பெற்றது, அவர்களையெல்லாம் பத்தாவது நம்பர் அறைக்குப் போகச் சொன்னார் அந்த ஆசிரியர். மற்றொரு ஆசிரியர் அவர்களை அழைத்துக்கொண்டு அந்த அறைக்குச் சென்றார். அருண் மெதுவாக அந்த அறையின் மேலே பார்த்தான் அதில் *6-பி* என எழுதி ஒட்டப்பட்டிருந்தது. அருணின் தந்தை பள்ளியை விட்டுச் சென்றுவிட்டார். அனைவரும் வகுப்பிற்குள் வந்து உட்கார்ந்தனர், பின் அந்த ஆசிரியர் தன்னை அறிமுகம் செய்துகொண்டார். மாணவர்களின் பெயர்கள், அவர்களின் ஊர் மற்றும் அவர்களின் லட்சியம் போற்றவற்றை கேட்டுத் தெரிந்துகொண்டார் அந்த ஆசிரியர். காவல்துறையில் சேர்வதே தன்னுடை இலக்கு என்பதே பெரும்பாலான மாணவர்களின் பதில்களாக இருந்தது. அருணும் காவல் துறையில் சேர வேண்டும் என்றே கூறினான்.

அருணின் அருகில் மகேந்திரன் என்ற ஒரு மாணவன் இருந்தான், இருவரும் சிரித்தனர், பின் ஒருவரை ஒருவர் அறிமுகம் செய்துகொண்டு நண்பர்களாகினர். அவனே அந்தப் பள்ளியில் அருணிற்கு கிடைத்த

முதல் நண்பன். நேரம் சென்றது ஒவ்வொரு ஆசிரியராக வந்து தங்களை அறிமுகம் செய்து கொண்டனர்.

'சார் புக் வாங்காதவங்கள வரச் சொன்னாங்க' என்று பள்ளி பணியாளர் ஒருவர் கூறினார்.

'நேத்து வராதவங்க, புக் வாங்காதவங்க இவர் பின்னாடி போய் வாங்கிட்டு வாங்க' என அந்த ஆசிரியர் கூறினார்.

'ஓ! நேத்தே ஸ்கூல் தொறந்துட்டாங்களா..........' என மனதிற்குள் நினைத்துக்கொணடன் அருண்.

நேற்று பள்ளிக்கு வராத மாணவ, மாணவிகள் அவரின் பின்னால் சென்றனர். புத்தகம் வாங்கியதும் அதை அனைவரும் நுகர்ந்து பார்த்து மகிழ்ந்தனர், அருணும் அதையே செய்தான். வகுப்புக்குள் வந்ததும் புத்தகங்களில் அவரவர் பெயர்களை எழுதினர்.

'என்னல இவ்ளோ பெருசா இருக்கு, இங்க பாருல இந்தப் படம் நல்லா இருக்கு', இப்படி ஒரே ஊரைச் சேர்ந்தவர்கள் அவர்களுக்குள் பேசிக்கொண்டனர்.

கால அட்டவணை, ஒவ்வொரு பாடத்திற்கும் ஒவ்வொரு ஆசிரியர் இதையெல்லாம் பார்த்ததும் அருணிற்கு வியப்பாக இருந்தது. முன்பு படித்த பள்ளியில் ஒரு வகுப்பிற்கு ஒரு ஆசிரியர், ஆனால் இங்கோ ஒவ்வொரு பாடத்திற்கும் ஒரு ஆசிரியர் எனத் தனக்குத் தானே பேசிக் கொண்டான்.

மதிய உணவு இடைவேளை மணி ஒலித்தது, அனைவரும் தங்களுடைய சாப்பாட்டு கூடைகளை தூக்கிக்கொண்டு மரத்தடிக்கு சென்றனர்.

'மதியம் சாப்பிட வீட்டுக்கு வா' என்று காலையிலே அருணின் அம்மா கூறினார். (கோவில் கொடை நடைபெறும் நாட்களில் 3வது நாள், புதன்கிழமை அன்று அனைவரும் அசைவம் செய்து சாப்பிடுவார்கள் அதனால்தான் அருணின் அம்மா மதியம் சாப்பிட வீட்டிற்கு அழைத்தார்) அதனால் அருண் யாரிடம் சொல்வது என்று தெரியாமல், யாரிடமும் சொல்லாமல் தனது முதல் நண்பன் மகேந்திரனிடம் மட்டும் கூறிவிட்டு, தனது புத்தக பையைத் தூக்கிக்கொண்டு சைக்கிளை எடுத்துக்கொண்டு வீட்டுக்குக் கிளம்பினான். தெருவில் அனைவரும் மஞ்சள் நீராட்டு விழாவுக்குத் தயாராகிக்கொண்டிருந்தனர், ஒரு வழியாக வீட்டிற்கு வந்துவிட்டான்.

'ஸ்கூல் எப்படி இருக்குல?' என்று அருணின் அம்மா கேட்டார்.

'நல்லா இருக்கு மா.......நேத்தே ஸ்கூல தொறந்துட்டாங்க, நீங்க இன்னைக்கு தான் தொறப்பாங்கனு சொன்னிங்க?'

'செய்வா கிழம தொறக்கமாட்டாங்கனு நினைச்சன்'

'சரி இருக்கட்டும், இன்னைக்கு எங்களுக்குப் புக் குடுத்தாங்க மா' என்று தனது பாட புத்தகங்களை எடுத்துக் காண்பித்தான்.

'நல்லா படில' என்று புத்தகங்களை பார்த்துவிட்டு அருணின் அம்மா கூறினார்.

'சரி மா'

'அம்மா ஸ்கூலுக்கு நாளைக்கு போறேன் மா, மதியத்துக்கு அப்பறோம் லீவு போடுறேன் மா' என அருண் கூறினான்.

'லீவு போட்ட சத்தம் போடாப் போறாங்கல'

'அதெல்லாம் ஒன்னும் சொல்லமாட்டாங்க மா'

'சரி இரு' என்று அருணின் அம்மா கூறினார்.

தெருவில் சினிமா பாடல்கள் ஒருபுறம் ஒலிக்க, நையாண்டி மேளம் ஒருபுறம் ஒலிக்க மஞ்சள் நீராட்டு விழா நடந்து கொண்டிருந்தது. இளைஞர்கள் பல வண்ண சாயப்பொடிகளை ஒருவர் மீது ஒருவர் பூசி விளையாடிக்கொண்டிருந்தனர்.

அருண் சாப்பிட்டுவிட்டு டிவி பார்த்துக்கொண்டே தூங்கிவிட்டான். பின் மாலையில் எழுந்து, குளித்துவிட்டுட்டு கோவிலுக்குச் சென்றான்.

'என்னல மதியம் வரல' என அருணின் நண்பர்கள் கேட்டனர்.

'தூங்கிட்டேன்ல' என்று அருண் கூறிவிட்டு, சுற்றி முற்றி பார்த்தான்.

'சரி வா கும்மி அடிக்க ஆரம்பிச்சிட்டாங்க'

'ம்ம் வா போவோம்'

அருணும் அவனுடைய நண்பர்களும் கும்மி அடிப்பதை பார்ப்பதற்கு அங்குமிங்கும் இடம் தேடி அலைந்தனர். ஒரு வழியாக ஒரு இடமும் கிடைத்தது.

'லேய் கிச்சான் இங்க வா, இங்க இருந்து பாக்க நல்லா தெரியுது' என்று அருண் கூறினான்.

அருணும் அவனுடைய நண்பர்களும் கும்மி அடிப்பதை பார்த்து ரசித்தனர், பின் தங்களுடைய புதிய பள்ளியைப் பற்றி, முதல் நாள் அனுபவங்களைப் பரிமாறிக்கொண்டனர்.

'லேய் முளைப்பாரி பின்னாடியே போவோமா?' என்று கிச்சான் கேட்டான்.

'நான் வரலப்பா, எங்க அப்பாக்கு தெரிஞ்ச அவ்ளோதான்' என்று பயத்துடன் அருண் கூறினான்.

'சரி நீ இரு நாங்க போறோம்' எனக் கூறிவிட்டு அருணின் நபர்கள் முளைப்பாரி பின்னாடியே சென்றனர். சில நிமிடங்கள் நடைக்கு பின்னர் செண்பகவல்லி அம்மன் கோவில் தெப்பக்குளத்தை அடைந்தனர். அங்கு முளைப்பாரிகளை கரைத்தனர்.

2

மோதல்

அவள் கையிலிருந்த டிவி ரிமோட்டினை தூக்கி சுவற்றின் மீது எறிந்தாள், அது சுவற்றின் மீது மோதி, சிதறிப் போனது. செய்தித்தாளிலிருந்து மெதுவாக அவளுடைய தந்தை எட்டிப்பார்த்தார், பின் அப்படியே செய்தித்தாளின் உள்ளே மறைந்தார், சமையலறையிலிருந்து அவளுடைய அம்மா ஏதோ முனகிக் கொண்டே வெளியே வந்து பார்த்துவிட்டுப் பின் உள்ளே சென்றார்.

'ஏன் எப்போ பார்த்தாலும் இவள திட்டிகிட்டே இருக்க, இப்போதான் நம்ம புள்ள படிச்சு முடிச்சிருக்கா மெதுவாகத் தான் எல்லா வேலையும் கத்துப்பா, ஏன் எல்லா வேலையம் பொம்பள பிள்ள தான் செய்யனுமா?' என அவளுடைய அப்பா கூற,

'எதுக்கெடுத்தாலும் சும்மா அவளுக்கே சப்போர்ட் பண்ணாதீங்க'

என அவள் அம்மா கூற சிறிது நேரம் ஒரு விவாத மாநாடே அங்கே நடந்தது, பின் ஓய்ந்தது.

இதற்கிடையில் அவளுடைய போனிற்கு அழைப்பு வந்தது, ஹாலிலிருந்து மெதுவாக அவளுடைய ரூமிற்கு சென்றாள். ஆமா அது அவளுடைய காதலனின் அழைப்பு தான். இவள் போன்காலை அட்டெண்ட் பண்ணதும் ஒரு காதலன் ஒரு காதலியை எவ்வாறு கொஞ்சி கூப்பிடுவானோ அவ்வாறே அழைத்தான். 'இன்றிரவு நாம் எப்போதும் சாப்பிடுகிற ஹோட்டலுக்கு வா என்று கூறினான், இவள் எதற்கென்று கேட்கும் முன், என்னுடைய அப்பா எனக்குப் புதிதாகக் கார் வாங்கி கொடுத்துள்ளார், அதற்குத்தான் ஒரு சிறிய ட்ரீட்' என்றான். இவளும்

சரி என்றாள். பின் இருவருக்கும் இடையில் உரையாடல் நடந்தது, இருவரும் போனை வைத்தனர்.

அம்மா அப்பாவிடம் என்ன சொல்வது? என்று யோசித்தாள், சில நிமிடத்தில் ஒரு யோசனையம் அவளுக்குக் கிடைத்தது.

மாலை 6 மணிக்கெல்லாம் இவள் தயாராகிவிட்டாள். தனது அறையிலிருந்து வெளியே வந்தாள், அவளுடைய அம்மா கேட்பதற்கு முன் 'நான் என்னுடைய பிரண்ட் பர்த்டே பார்ட்டிக்கு போறேன்' என்றாள்.

அவளுடைய அம்மா இதற்குச் சம்மதிக்கவில்லை, இவளுடைய அப்பாவும் சம்மதிக்கவில்லை. ஒரு வழியாக இவள் அடம்பிடித்து சம்மதத்தைப் பெற்றுவிட்டாள். வீட்டுக்கு வருவதற்கு எட்டு அல்லது ஒன்பது மணி ஆகும் எனக் கூறிவிட்டு அவளுடைய இரு சக்கர வாகனத்தில் பறந்தாள்.

இவள் வீட்டிலிருந்து கிளம்ப 7 மணி ஆகிவிட்டது, ஒரு வழியாக ஹோட்டலுக்கு வந்து சேர்ந்தாள். அங்கு அவளுடைய காதலனும் அவனுடைய நண்பர்களும் இருந்தனர். அனைவரும் நல்ல போதையில் இருந்தனர், இவளுடைய காதலனும் சரியான போதையில்தான் இருந்தான். இவள் அவ்விடத்தை நெருங்கியதும் அவனுடைய நண்பர்கள் அங்கிருந்து சென்றனர்.

இவளுக்குக் கோபம் தலைக்கேறியது, பின் அவன் மன்னிப்பு கேட்டு ஏதேதோ கூறி அவளைக் கோபத்திலிருந்து சாந்தப்படுத்தினான். இருவரும் சிறிது நேரம் பேசிவிட்டு உணவு உண்டனர், மணி ஒன்பதை தாண்டியது.

'சரி மணி ஒன்பது ஆச்சு நான் வீட்டுக்குப் போறேன், நீயும் பாத்து வீட்டுக்குப் போடா' என்று அவள் கூறினாள். இவன் அவளைத் தடுத்து, 'வாச்செல்லம் நான் உன்ன வீட்டுல விடுறேன்' என்றான்.

'நான் வண்டில வந்துருக்கேன்'

'இல்ல இல்ல நீ நைட்டு நேரத்துல தனியா போகக் கூடாது'

'வீடு பக்கத்துல தான இருக்கு நான் போயிருவேன்'

இப்படியே இருவருக்கிடையில் ஒரு சிறிய விவாதம் நடந்துகொண்டிருந்தது, இவள் தன்னுடைய கைபேசியில் மணியைப் பார்த்தாள், மணி 10-ஐ நெருங்கியது.

'சரி நான் உன்ன வீட்டுல விடல நீயே போ, அட்லீஸ்ட் கார்ல என்னோட ஒரு ரவுண்ட் மட்டும் வா' என்றான்.

இவன் விடுவதாய் தெரியவில்லை என்று மனதில் நினைத்துக்கொண்டு 'சரி வா போவோம்' என்றாள்.

இவள் வீட்டிலிருந்து ஏற்கனவே ஐந்து முறை அழைப்பு வந்துவிட்டது, ஏதேதோ சொல்லிச் சமாளித்துவிட்டாள்.

இருவரும் அவ்விடத்தைவிட்டு கிளம்பினார். இவன் எழுந்திருக்கும்பொழுது போதையில் அவளுடைய போனை கீழே தள்ளிவிட்டான் அது தரையில் விழுந்து உடைந்து போனது. இவள் கோபத்துடன் அவனைப் பார்த்தாள். சரி நாளை சரிசெய்து தருகிறேன் என்றான். பின் இருவரும் காரில் ஏறினர். குடித்துவிட்டு வாகனம் ஓட்டுவதே தவறு, அதிலும் இருவருமே சீட் பெல்ட் அணிய வில்லை.

எடுத்தவுடன் கார் அதிவேகத்தில் பறந்தது.

'மெதுவா போ' எனக் கூறிக் கொண்டே இருந்தாள் அவள். சிறிது நேரத்திற்கு பின் 'சரி போதும் கார திருப்பு' என்றாள், அவன் கேட்பதாக இல்லை, மேலும் வேகமாகச் சென்றான்.

மணி 10-ஐ தாண்டியது, அவளுடைய அப்பா அவளுக்குப் போன் செய்தார் ஆனால் அவளுடைய போன் தான் உடைந்துவிட்டதே.

'என்னங்க என்ன ஆச்சு'

'ஸ்விட்ச் ஆப்னு வருது'

'என்னங்க சொல்றிங்க,

'நீ பயப்படாத, நான் போய்ப் பாத்துட்டு வாரேன்'

'நானும் வாரேன்'

'நீ எதுக்கு இந்நேரத்துல'

'வீட்டுல என்னால இருக்க முடியாது, நானும் வாரேன்'

'சரி வா'

இருவரும் தங்களது மகளைத் தேடி அவளுடைய தோழி வீட்டிற்கு கிளம்பினர்.

கார் மெதுவாகச் சென்று திரும்பியது, பின் மறுபடியும் வேகமாகச் சென்றது 'மெதுவா போ, வேகத்தைக் குறை, ஏன் இவ்வளவு வேகமாகப் போற', என்று அவனைப் பார்த்துக் கூறிவிட்டு திரும்புகையில் கார் எதன் மீதோ பயங்கரமாக மோதிப் பின் ரோட்டின் ஓரத்தில் இருந்த ஒரு மரத்தின் மீது மோதியது. அவள் மயக்கமடைந்தாள்.

விபத்து நடந்த இடத்தில யாருமில்லாத காரணத்தினால் அவர்களின் நிலைமை மிகவும் மோசமாகிக்கொண்டே போனது. இறுதியாக அவ்வ-

ழியாகச் சென்ற யாரோ ஒருவர் அவசர ஊர்தியை அழைத்தார்.

மிகுந்த சிரமத்துடன் அவள் கண் விழித்துப் பார்த்தாள், தான் மருத்துவமனையில் உயிரோடு இருப்பதை உணர்ந்தாள். உடம்பெல்லாம் காயங்கள், வலி அவளை வாட்டியது. கண்களில் கண்ணீர் அவளை அறியாமல் வந்துகொண்டேயிருந்தது. அப்பொழுது ஒரு மருத்துவர் மற்றும் இரண்டு செவிலியர்கள் வந்தனர்.

‘என்னுடைய அப்பா அம்மா வந்துட்டாங்களா டாக்டர்’ என்று அழுதுகொண்டே கேட்டாள்.

சிறிது நேரத்தில் வந்து விடுவார்கள் என்று அந்த மருத்துவர் கூறினார். அந்த இரண்டு செவிலியர்களும் அந்த மருத்துவரைப் பார்த்தனர்.

நாங்கள் யார் மீதாவது மோதி விட்டோமா டாக்டர்? என்று பதற்றத்துடன் வினவினாள்.

ஆமாம் நீங்கள் ஒரு இருசக்கர வாகனம் மீது மோதி, பின் ஒரு மரத்தில் மோதிவிட்டீர்கள், இருசக்கர வாகனத்தில் வந்த இருவரும் தூக்கி வீசப்பட்டு இறந்தனர். இருசக்கர வாகனத்தை ஓட்டியவர் ஹெல்மெட் அணிந்திருந்தார் இருந்தாலும் தூக்கி வீசியதில் யாரோ ஒரு குடிமகன் குடித்துவிட்டு தெருவில் போட்ட சரக்கு பாட்டிலின் மீது விழுந்தார், அவருடைய வயிற்றில் உடைந்த பாட்டில் நுழைந்தது. பின்னே அமர்ந்தவரும் தரையில் தூக்கி வீசப்பட்டு, தலையில் அடிபட்டு இறந்தார் மற்றும் காரை ஓட்டி வந்தவரும் இறந்துவிட்டார்’ என அந்த மருத்துவர் கூறினார்.

இதைக்கேட்டதும் அவள் கதறி அழுதாள். பின் மருத்துவரிடம் ‘சீக்கிரம் என்னுடைய அப்பா அம்மாவை வரச் சொல்லுங்கள் டாக்டர் நான் அவர்களிடம் மன்னிப்பு கேட்க வேண்டும்’ என்றாள்.

சரி என்றார் அந்த மருத்துவர். மறுபடியும் அந்த இரண்டு செவிலியர்கள் அவரைப் பார்த்தனர்.

அழுகை சத்தம் நின்றது.......................அவள் இறந்துவிட்டாள்.

ஏன் டாக்டர் அந்தப் பெண்ணிடம் உண்மையைக் கூறவில்லை? என்றனர் அந்த இரண்டு செவிலியர்கள்.

நீங்கள் மோதியது உங்களுடைய அப்பா அம்மா வந்த வாகனத்தின் மீது தான், அவர்கள் இறந்துவிட்டனர் என்று கூறினால் ஏற்கனவே மிகுந்த சோகத்துடன் இருக்கும் அப்பெண்ணின் மனது மேலும் அதிக-

மாகத் துன்பப்படும் என்றுதான் கூறாமலிருந்தேன். மேலும் அவளுடைய தலையில் ஏற்பட்ட பலத்த காயம் காரணமாக அவள் இறந்து விடுவாள் என்று எனக்குத் தெரியும், இறக்கும்போதும் ஏன் அதிக துன்பப்பட வேண்டும் என்றுதான் அப்பெண்ணிடம் உண்மையைக் கூறவில்லை என்றார் அந்த மருத்துவர்.

‘குடித்துவிட்டு வாகனம் இயக்கக் கூடாது, தலைகவசம் அணிய வேண்டும், அதிவேகமாக வாகனங்களை இயக்கக் கூடாதுனு நம்ம அரசாங்கம் எவ்ளோ சொன்னாலும் யாரு கேக்கா, இப்போ பாருங்க ஒரு குடும்பமே இல்லாம போயிருச்சு, இந்த மாதிரி டெய்லி நாம எவ்ளோ விபத்த பாக்கறோம்’ என வருத்தத்துடன் அந்த இரண்டு செவிலியர்களிடம் அந்த மருத்துவர் கூறினார்.

நால்வரின் உடலும் பிரேத பரிசோதனை அறையில் வைக்கப்பட்டது.

3

தூக்கத்தில் வறுமை

மில் வேலைக்காரர்கள், தொழிற்பேட்டையில் வேலை செய்பவர்கள் மற்றும் இதர வேலைகள் செய்துவிட்டு வீடு திரும்புவோர்கள் என அனைவரும் மில் ரோடு வழியாகத்தான் செல்வார்கள். அன்று ஞாயிற்றுக்கிழமை என்பதால் மில் ரோட்டில் யாருமே இல்லை, மாலையில் நடைப்பயிற்சி செல்வோரும் சீக்கிரமாகவே இவ்விடத்தைவிட்டு சென்றுவிட்டனர். அந்நேரத்தில் வேகமாகச் சென்று கொண்டிருந்த அந்தக் கார் திடீரென்று நின்றது, காரின் முன் ஒரு சிறுவன் கிழிந்த கால் பந்தினை கட்டி அணைத்தவாறு விழுந்து கிடந்தான். இதனைக் கண்டதும் ரோட்டின் இடது புறத்திலிருந்து அவனுடைய தாய் வேகமாக அவனிடம் விரைந்தாள். நல்ல வேளையாக அச்சிறுவன் மீது கார் மோதவில்லை.

காரிலிருந்து ஒரு பணக்காரர் இறங்கினார். அவரிடம் அந்தத் தாய் மன்னிப்பு கேட்டாள், அவர் ஏதும் பேசவில்லை, மறுபடியும் காரினுள் ஏறி ஒரு ஓரமாகக் காரை நிறுத்தினார். அச்சிறுவனிடம் அவனுடைய அம்மா ஏதோ கூறிக் கொண்டே செல்வதை பார்த்துக்கொண்டிருந்தார். அவ்விருவரும் ஒரு குடிசையை அடைந்தனர். அக்குடிசையைச் சுற்றி மேலும் சில குடிசைகள் இருப்பதை அந்தப் பணக்காரர் கவனித்தார்.

அச்சிறுவன் கையில் கிழிந்த பந்தினை வைத்துக்கொண்டு அவனுடைய தங்கையை அழைத்தான், அச்சிறிய குடிசையிலிருந்து ஒரு குட்டி தேவதை வெளியே வந்தாள்.

அவனுடைய தங்கை அந்தக் கிழிந்த பந்தினை பார்த்ததும் ஏதோ தன் அண்ணன் வானிலிருந்து நிலவினை கொண்டு வந்தது போல்

மகிழ்ச்சியடைந்தாள். பின் இருவரும் அந்தப் பந்தை வைத்து விளையாடினர். சற்று நேரத்திற்குப் பின் இருவரும் களைத்துப்போய் உட்கார்ந்தனர். அவர்களுடைய தாய் சாப்பிட அழைத்தாள், இருவரும் வேகமாகச் சென்றனர் கையில் அந்தப் பந்தினை வைத்துக்கொண்டு.

மண்ணெண்ணெய் விளக்கு வெளிச்சத்தில் அனைவரும் சாப்பிட்டனர். விளக்கைச் சுற்றி வண்டுகள் வட்டமிட்டன, குடிசைகள் இருக்கும் பகுதியைச் சுற்றி சில மனித வண்டுகளும் வட்டமிட்டன.

அக்குடிசையிலிருந்து ஒரு பாடல் கேட்கிறது......கையில் ரேடியோ பெட்டியை வைத்துக் கொண்டு அச்சிறுவனின் தகப்பன் வெளியில் வருகிறார். வெளியில் இருக்கும் கட்டிலில் தலையணையையும் போர்வையையும் போட்டுப் படுத்து விடுகிறார். அச்சிறுவனின் அம்மா சாப்பிட்ட பாத்திரங்களை வெளியில் எடுத்துப் போட்டு விலக்குகிறார். சுற்றி நிற்கும் மனித வண்டுகளை ஒரு நிமிடம் பார்த்துவிட்டு ஏதோ முனங்கிகொண்டே உள்ளே சென்று பாத்திரங்களை வைத்துவிட்டு, பின் ரேடியோவை அனைத்துவிட்டு உள்ளே சென்று அவளது குழந்தைகளுடன் அவளும் தூங்கி விடுகிறாள்.

எப்பொழுதும் பிசினஸ் பிசினஸ் என்று டென்ஷனோடு இருக்கும் அந்தப் பணக்காரருக்கு இந்த நிகழ்வுகளைப் பார்த்ததும் மனதில் சிறிது சந்தோஷம் ஏற்பட்டது. பின் வீட்டிற்கு சென்று உணவு உண்ட பின் வழக்கம்போல் தூக்கத்தின் வறுமை காரணமாக மருத்துவரிடம் ஆலோசனை பெற்ற மாத்திரைகளிடமிருந்து தூக்கத்தினை கடனாகப் பெற்று தூங்கினார். இவருடைய தூக்கம் தினமும் வறுமையிலே உள்ளது.

மறுநாள் காரிலிருந்து இறங்கி, கையில் ஒரு புது பந்தினை வைத்துக்கொண்டு குடிசையை நோக்கி நடந்தார் அந்தப் பணக்காரர். வீட்டு வாசலின் வெளியே அச்சிறுவன் கவட்டையை (கவண்வில்) வைத்து விளையாடிக்கொண்டிருந்தான்.

‘தம்பி இந்தாப்பா பந்து வச்சுக்கோ’

ஐ! பந்து,

‘சாமி யாருங்க’ என்று தண்ணிப் பானையை சுமந்தபடி அச்சிறுவனின் தாய் கேட்டாள்

‘நேத்து உங்க பையன் என் கார் முன்னாடி விழுந்தாம்ல’

‘ஓ! அது நீங்கதான’

‘ஆமா மா, என்னாலத்தான் உங்க பையனோட பந்து கிழிஞ்சிருச்சு, அதான் புது பந்து வாங்கிட்டு வந்தேன்’

‘அது ஏற்கனவே கிழிஞ்ச பந்துதமா’ எனச் சிரித்துகொண்டே அச்சிறுவன் கூறினான்.

அவரும் சிரித்துகொண்டே அச்சிறுவனிடம் பந்தினை கொடுத்தார்.

‘எதுக்கு சாமி இதெல்லாம்’ என அச்சிறுவனின் தாய் அந்தப் பணக்காரரிடம் கேட்டார்.

‘இருக்கட்டும்மா’ எனக் கூறி அவர் அவ்விடத்தைவிட்டு சென்றார்.

‘வாணே விளையாடுவோம்’ என்று அச்சிறுவனின் தங்கை விளையாட அழைத்தாள். பின் இருவரும் விளையாடச் சென்றனர்.

‘இங்க பாத்தியா புது பந்து, வா விளையாடுவோம்’ என அச்சிறுவன் அக்குடிசையின் அருகில் இருக்கும் தெருவைச் சேர்ந்த குழந்தைகளை விளையாட அழைத்தான்.

‘உங்க கூடச் சேரக்கூடாதுனு எங்க அம்மா சொல்லிருக்காங்க’ என்று அத்தெருவை சேர்ந்த சிறுவன் ஒருவன் கூறினான்.

‘ஏன்?’

‘தெரில’

‘சரி வா எங்க அம்மாக்கு தெரியாம விளையாடுவோம்’ என்று அத்தெருவை சேர்ந்த சிறுவன் கூறினான்.

‘ம்ம் சரி வா…’

அவர்கள் அனைவரும் ஒன்று சேர்ந்து விளையாடத் தொடங்கினர்.

அந்தப் பணக்காரர் வீட்டிற்கு சென்று தன் மனைவியிடம் நடந்த எல்லாவற்றையும் கூறினார். ஏழையாக இருந்தாலும் அவர்கள் சந்தோஷமாக உள்ளனர். அவர்களுக்கு வெளியில்தான் வறுமை உள்ளே மகிழ்ச்சி. குடிசையாக இருந்தாலும் அவர்கள் அதனை மாளிகையாகக் கருதுகின்றனர். நம்மைக் காட்டிலும் அவர்களே சிறந்த வாழ்க்கையை வாழ்கின்றனர் என்று தன் மனைவியிடம் அவர் கூறினார்.

பின் வழக்கம்போல் மாத்திரைகளிடமிருந்து தூக்கத்தினை கடனாகப் பெற்று தன் தூக்கத்தின் வறுமையினை போக்கிக் கொள்கிறார்.

‘யம்மா இன்னைக்கு பந்து விளையாட அந்தத் தெரு பசங்கள கூப்பிட்டேன் மா, அதுல ஒருத்தன் சொன்னான்........ உங்க கூடச் சேரக்கூடாதுனு எங்க அம்மா சொல்லிருக்காங்கனு சொன்னான் மா, எதுக்கு

மா நம்ம கூட சேரக்கூடாதுனு அவங்க சொல்ராங்க?

'அந்தக் காலத்துல இருந்தே நம்ம கூட யாரும் சேரமாட்டாங்க சாமி, இதுல இருந்து கொஞ்சமாவது வெளியவரணும்னா படிக்கனும் சாமி, அடுத்த வருஷம் உன்ன பள்ளிக்கூடம் சேத்துவிடுறேன் நல்லா படிச்சி மேல வரணும் சாமி' என்று கண்ணீருடன் அந்தத் தாய் கூறினாள்.

4

வினை பானம்

இரவு 11 மணி இருக்கும், அன்று வழக்கத்தைவிட அதிகமாக மது அருந்திய அவர் காரில் வீட்டிற்கு வேகமாகப் பறந்தார். எதிரே போலி-சார் வைத்த தடுப்பை அவர் கவனிக்கவில்லை. கார் தடுப்பின் மீது வேகமாக மோதி, பின் அங்குமிங்கும் சென்று எதன் மீதோ ஏறி, பின் மீண்டும் பறந்தது, இறுதியாக அவருடைய வீட்டில் நின்றது.

குடித்துவிட்டு வாகனம் ஓட்டியதற்கு, வேகமாக ஓட்டியதற்கு மற்றும் ஒருவர் மீது காரை ஏற்றிய குற்றத்திற்காகக் காலையில் போலீசார் அவரைக் கைது செய்தனர். சில வாரங்களிலே அவர் சிறையிலிருந்து வெளியே வந்துவிட்டார்.

சில மாதங்கள் சென்றன.....

'அக்கா'

யாருமா?

'கனி அக்கா சொன்னாங்க'

'நான் வீட்டு வேலைக்கு ஆள் கேட்டேன்'

'அதுக்குத்தான் வந்துருக்கேன் கா'

'உன்ன பாத்தா படிக்கிற புள்ள மாதிரி இருக்கே'

'நான் பதினொன்னு படிக்கிறேன் கா, வீட்டுல கஷ்டம் அதான் ஏதாவது வேலை இருக்கானு கனி அக்காட்ட கேட்டேன்'

'சரி மா, உள்ள வா'

பதினோராம் வகுப்பு படிக்கும் மாணவி அந்தப் பெரிய வீட்டினுள் நுழைந்தாள், வீடு பிரம்மாண்டமாக இருந்தது, அந்தப் பெரிய வீட்டினுள்

ஒரு பெரிய புகைப்படம் ஒன்று இருந்தது, அதில் இருந்த நபரின் பெயரின் கீழ் பார் உரிமையாளர் என்று எழுதப்பட்டிருந்தது.

கனி அக்கா சொல்லிதான்விட்டாள் நீ வேலை செய்யப் போவது ஒரு சாராய கடைக்காரரின் வீட்டில் என்று.

'வேல அவ்வளவா இருக்காது, நீ சீக்கிரமா வேலைய முடிச்சிட்டு, வீட்டுக்குப் போய்ப் படி' என்று வீட்டின் தலைவி கூறினார்.

'சரிக்கா'

'வீட்டுல என்ன பன்றாங்க மா'

'அம்மாவும் அப்பாவும் சித்தாள் வேல, எங்க அப்பா அதிகமா தண்ணி அடிப்பாரு, ஒருநாள் போதை அதிகமாகி ரோட்ல விழுந்து கிடந்தாரு அப்போ ஒரு கார் அவரு மேல ஏறிடுச்சு, அதுல அவரு இறந்துட்டாரு' என்று கண்ணீருடன் கூறினாள் அந்த மாணவி.

'அவரு டெய்லி குடிச்சாலும் ஏதோ நூறு இருநூறுனு கொடுப்பாரு அத வச்சி குடும்பம் எப்படியோ ஓடும், ஆனா இப்போ ரொம்ப கஷ்டமா இருக்கு. எனக்கு ஒரு தம்பி இருக்கான், வாடகை வீட்டிலதான் இருக்கோம், குடும்பத்துல ரொம்ப கஷ்டம் அதான் பக்கத்து வீட்டு அக்கா கிட்ட கேட்டேன் ஏதாவது வேலை இருந்தா சொல்லுங்கனு, அவங்க உங்க வீட்ல வேலை இருக்குதுன்னு சொன்னாங்க அதான் வந்தேன் கா'

'சரி மா, ஸ்கூல் முடிஞ்சதும் சாயங்காலம் மட்டும் வந்தா போதும்'

'சரிக்கா' எனக் கூறிவிட்டு அந்த மாணவி தனது வேலையைத் தொடங்கினாள்.

வேலை முடிந்ததும் அந்த மாணவி கண்ணீருடனும், மனவேதனையுடனும், தாங்க முடியாத துயரத்துடனும் வீட்டிற்கு சென்றாள். வீட்டிற்கு அருகில் சென்றதும் கண்ணீரை துடைத்துக்கொண்டாள்.

'வாமா, வேல எப்படி மா இருக்கு?'

'அவ்வளவா இல்லமா'

'அந்த அக்கா அவங்க வீட்டுக்காரர் அவ்ளோதாமா, பாவம் அவங்களுக்கு கொழந்த இல்ல, அந்த அக்காவோட அம்மா, அப்பா யாரும் உயிரோட இல்ல, அவங்க மாமியார் கொஞ்ச மாசத்துக்கு முன்னாடிதான் இறந்தாங்களான், அந்த வீட்டுக்கார அக்கா நல்லா பேசுறாங்க மா, ஒன்னும் பிரச்சன இல்ல மா'

'சரி மா..........உங்க அப்பா இந்நேரம் இருந்திருந்தா நீ இப்படி வேலைக்குப் போற நிலம வந்துருக்குமா, பாழாப்போன சாராயத்த குடிச்சு

இப்படி நம்மள நடுத்தெருவுல விட்டுட்டு போய்ட்டாரே' என கண் சிவக்க கண்ணீருடன் கூறினார்.

'அழாத மா, நான் இருக்கேன் மா, நான் படிச்சு குடும்பத்த காப்பாத்துறேன் மா' என அந்தப் பிஞ்சு கண்ணில் இருந்து கண்ணீர் வழிந்தது.

இப்படியே சில நாட்கள் சென்றது...

'வரேன் கா'

'சரி மா, பாத்து போ'

இரவு 11.45 இருக்கும், பார் ஓனரின் மனைவி தன்னுடைய கணவரின் பாருக்கு போன் செய்தார்.

'ஹலோ முருகா... அவரு கிளம்பிட்டாரா? போன் பண்ணாலும் சுவிட்ச் ஆப்னு வருது'

'அண்ணன் இன்னைக்கு சீக்கிரமே கிளம்பிட்டாரே கா, பத்து மணிக்கே கிளம்பிட்டாரே'

'அப்படியா! இன்னும் வீட்டுக்கு வரலையே'

'பயப்படாதீங்க கா, அண்ணன் வந்துருவாரு'

'சரி முருகா'

மணி 12-ஐ தாண்டியது...... அப்பொழுது அழைப்பு ஒன்று வந்தது

ஹலோ!

பார் ஓனர் வீடா?

ஆமா நீங்க?

'உங்க ஹஸ்பன்ட்க்கு ஆக்சிடென்ட் ஆகிடுச்சு, உங்க ஹஸ்பன்ட் காரும், மதுபானங்கள் ஏத்திட்டு வந்த லாரியும் மோதிருச்சு, உடனே ராமச்சந்திரா ஹாஸ்பிட்டல்க்கு வாங்க'

இதனைக் கேட்ட அடுத்த ஐந்து நிமிடத்திலேயே மருத்துவமனைக்குச் சென்றுவிட்டார்.

'டாக்டர் என் வீட்டுக்காரருக்கு என்ன ஆச்சு?'

'சாரி மேடம் நாங்க எவ்வளவோ ட்ரை பண்ணோம் அவர காப்பாத்த முடியல, அவரு அதிகமா குடிச்சியிருந்தாரு அதுமட்டுமில்லாம கார்ல சீட் பெல்ட் போடாததால ஏர் பேக்கும் ஓப்பன் ஆகல, அதுனால தலைல அதிகமா அடிபட்டுருச்சு.......அவரு இறந்துட்டாரு'

'பாழாப்போன குடிய விடுங்க, வேற தொழில பாருங்கனு படிச்சு படிச்சு சொன்னேனே, கேட்டீங்களா இப்படி என்ன தனியா விட்டுட்டு

போய்ட்டீங்களே' என அழுது புலம்பினார்.

மறுநாள் காலையில்...

'அம்மா இங்க வாயேன்' என அவசரத்துடன் அந்த மாணவி அழைத்தாள்

'என்ன மா?'

'இங்க பாரு'

முக்கிய செய்தி: 'காரும் மது பானங்கள் ஏற்றி வந்த லாரியும் நேருக்கு நேர் மோதியதில் பிரபல பார் உரிமையாளர் பலி, லாரி ஓட்டுநர் கைது. விபத்தில் கீழே விழுந்த மது பாட்டில்களை அப்பகுதியில் உள்ள குடிமகன்கள் எடுத்துச் சென்றனர்'. எனத் தொலைக்காட்சியில் செய்தி ஓடிக்கொண்டிருந்தது.

'இவங்க வீட்டுலதாமா நான் வேல பாக்றேன், பாவம் அந்த அக்கா' என்று அந்த மாணவி வருத்ததுடன் கூறினாள்.

'லாரிக்காரன் தண்ணிய போட்டு ஓட்டிருப்பான், இந்தக் குடியால எத்தன பேர் குடும்பம் நாசமா போகுது, என்னைக்குதான் விடிவுகாலம் வருமோ' என்று அந்த மாணவியின் தாய் கூறிவிட்டு தனது வேலையைத் தொடர்ந்தார்.

5

வெறுங்கால்கள்

ஞாயிற்றுக்கிழமை என்றாலே ஊரில் உள்ள பெரும்பாலான இளைஞர்களைக் கோவில்பட்டி வ.உ.சி அரசு ஆண்கள் மேல்நிலைப்ப பள்ளியில் (வீ.ஓ.சி. ஸ்கூல்) காணலாம். சிலர் கிரிக்கெட் விளையாடுவார்கள், சிலர் ஹாக்கி விளையாடுவார்கள், சிலர் கால்பந்து விளையாடுவார்கள், சிலர் கைப்பந்து விளையாடுவார்கள். சிறியவர்கள் முதல் பெரியவர்கள் வரை மைதானத்தைச் சுற்றி நடைப்பயிற்சி மேற்கொள்வார்கள். சிலர் ராணுவம் மற்றும் காவல் பணி போன்ற தேர்விற்கு தங்களது உடலைத் தயார் செய்வார்கள்.

இதுமட்டும் இல்லாமல் அங்கு வரும் சில சிறுவர்கள் அங்குள்ள கொடிக்கா மரத்தில் ஏறிக் கொடிக்கா பறிப்பார்கள், மைதானத்தின் ஓரத்தில் உள்ள வளைந்த வேப்பமரத்திலேறி மரக்கொரங்கு விளையாட்டு விளையாடுவார்கள், ஆன்மிக மற்றும் அரசியல் விவாதங்கள் அங்கு நடைப்பயிற்சி மேற்கொள்ளுபவர்களுக்கிடையே நடைபெறும், விளையாடி முடித்த சிலர் சினிமாவைப் பற்றிப் பேசுவார்கள், சிலர் தங்களது காதல் கதைகளைக் கூறுவார்கள். இது போன்ற பல்வேறு நிகழ்வுகள் அங்கு நடைபெறும். இந்த மைதானத்தில் பயிற்சி எடுத்த பலர் இன்று ராணுவம் மற்றும் காவல் துறையில் பணியாற்றுகின்றனர்.

எது தங்களுடைய பந்து, எது மற்றவர் பந்து என அடிக்கடி அங்கே கிரிக்கெட் விளையாடுபவர்கள் குழப்பமடையம் அளவிற்கு அங்கு அவ்வளவு பேர் கிரிக்கெட் விளையாடுவார்கள்.

'லேய் ஒழுங்கா நான் பறிச்ச கொடிக்காவ கொடுத்துரு, இல்ல அடி-வாங்குவ'

'இது நான் கீழ கிடந்தது எடுத்தது, நீ பறிச்சது இந்தா இருக்கு பாருல'

'ஒடனே புழுவிட்டான்'

'எங்க அம்மா சத்தியமா கீழ கிடந்துதான் எடுத்தம்ல'

'லேய் நான் கஷ்டப்பட்டு மேல ஏறிப் பறிச்சிருக்கேன்ல'

'இந்தாப்பா உன் கொடிக்கா, நீயே வச்சிக்கோ'

'ஏல இங்க வால, இந்தா உனக்குள்ளது'

'வேணாம்பா நீயே வச்சிகோ'

இப்படி அங்குப் பறித்த கொடிக்காவை பங்கு பிரிப்பதில் பல சண்டைகள் அங்குள்ள சிறுவர்களுக்கிடையில் ஏற்படும். இச்சிறப்பு வாய்ந்த மைதானத்திற்கு மணியும், குமாரும் எல்லா ஞாயிற்றுக்கிழமைகளிலும் விளையாட வருவார்கள். மணியும் குமாரும் ஒரே பள்ளியில் பதினொன்றாம் வகுப்பு படிக்கின்றனர். அங்கு சில கல்லூரி மாணவர்களுடன் சேர்ந்து அவ்விருவரும் கால்பந்து விளையாடுவார்கள். அந்தக் கல்லூரி மாணவர்களும் அவ்விருவரும் ஷூ அணிந்துதான் விளையாடுவார்கள்.

ஆனால் அருகில் விளையாடும் சில சிறுவர்கள் வெருங்கால்களில்தான் விளையாடுவார்கள். அப்படி அவர்கள் விளையாடும்பொழுது சில சமயம் காலில் அடிபட்டு ரத்தம் வரும், ஆனால் அவர்கள் அதை ஒரு பொருட்டாக எடுத்துக்கொள்ளமாட்டார்கள், விளையாடி முடித்ததும் பள்ளியின் முன் உள்ள அடிபம்பில் கால்களைக் கழுவிவிட்டு வீட்டிற்கு செல்வார்கள்.

குமாரும், மணியும் விளையாடி முடித்ததும் ஒரு மரத்தடியில் நின்று கொண்டிருந்தனர், அப்பொழுது அங்கு ஓடிக்கொண்டிருந்த ஒரு இளைஞர் திடீரெனெ தடுமாறி கீழே விழுந்தார். அருகில் சென்று பார்த்தால் காலில் ஒரு இன்ச் அளவிற்கு ஆணி குத்தியுள்ளது, வேதனையில் அந்த இளைஞன் துடித்துக்கொண்டிருந்தான். அங்கிருந்தவர்கள் ஒருவழியாகக் காலிலிருந்து ஆணியைப் பிடுங்கி காலில் ஈரத்துணியை கட்டினர், பின் தண்ணீர் கொடுத்தனர்.

'ரன்னிங் போறவன் ஷூ போட்டுப் போலாம்ல, வெறுங்கால்ல போனா இப்படித்தான் ஆகும்' என்று மணி கூறினான்.

அப்பொழுது அங்கு அருகில் நின்றுகொண்டிருந்த ஒருவர் ‘தம்பி மண் தரையில் ஷூ அணிந்து விளையாடுவதைவிட வெறுங்கால்களில் விளையாடுவது சிறப்பாக இருக்கும், கால்களும் மண் தரையும் உரசிக்-கொள்ளும்போது ஒருவித உணர்வு ஏற்படும், அந்த உணர்வு மிகவும் புனிதமாக இருக்கும்’ என்று கூறிவிட்டு நடைப்பயிற்சியை தொடங்-கினார். அவர் சென்றபின் அவ்விருவரும் அவருடைய கால்களைப் பார்த்தனர்.

‘இவரே ஷூ போட்டுத்தான் வாக்கிங் போறாரு இதுல நம்மள சொல்றாரு’ என்று கூறிவிட்டு இருவரும் வீட்டிற்கு நடையை பிடித்தனர்.

இவர் ஒரு முன்னாள் ராணுவ வீரர், ஒரு வெடிகுண்டு விபத்தில் தன்னுடைய ஒரு காலினை இழந்துள்ளார் என்று அவ்விருவருக்கும் தெரியாது. மேலும் இவர் மனம் தளராமல் செயற்கையாக ஒரு காலினை பொருத்தி நன்கு பயிற்சி எடுத்து 100மீ, 200மீ மற்றும் 400மீ ஓட்டப்-பந்தயத்தில் கலந்துகொண்டு அதில் வென்று பல தங்க மற்றும் வெள்-ளிப்பதக்கங்களை வாங்கியுள்ளார். மேலும் பல்வேறு சாதனை விருதுக-ளையும் இவர் பெற்றுள்ளார்.

காலை 7 மணிக்கெல்லாம் குமாரும், மணியும் பள்ளிக்குச் சென்-றுவிட்டனர், ஏனென்றால் இன்று அவர்களுடைய பள்ளி விளையாட்டு விழா.

‘இவ்ளோ நேரமால’ என்று குமாரின் நண்பன் சரமாரி கேட்டான்’

‘சாப்பிட லேட் ஆகிட்டுல’

‘நல்லா சாப்ட்ட’

‘லேய் சரமாரி அஜய் வந்துட்டான்னா?’

‘இன்னும் வரல மணி, மகேந்திரன், ரூபன், மகாராஜா இவங்கெல்-லாம் வந்துட்டாங்க’

‘சரி ல, வா நம்ம போவோம்’

‘இந்தா வந்துட்டான்’ என்று அஜய்யைப் பார்த்து சரமாரி கூறினான். மூவரும் மைதானத்தை நோக்கிச் சென்றனர்.

‘வாங்க டே’ என்று மகேந்திரன் கூறினான்

‘நல்ல இடத்ததான் பிடிச்சி வச்சிருக்கிங்கலே’

‘ஆமா, அப்போதானே நல்லா தெரியும்’ என்று மகாராஜா கூறி-னான்.

'என்னல நொண்டி நொண்டி வார' என்று மஹாராஜாவைப்பார்த்து அஜய் கேட்டான்.

'வீட்டுல வச்சி கால்ல குண்டு ஊசி குத்திருச்சுல'

'கண்ண பெடதில வச்சிருந்தியா, கீழ என்ன இருக்குனு பாத்து நடக்கணும்' என்று குமார் கூறினான்.

'எப்டியோ குத்திருச்சி'

'சரி இப்டி உக்காரு'

சில மணி நேரங்களுக்குப் பிறகு விளையாட்டு விழா தொடங்கியது. விழாவின் சிறப்பு விருந்தினராக மைதானத்தில் பார்த்த அந்த நபரே (மண் தரையில் ஷூ அணிந்து விளையாடுவதைவிட வெறுங்கால்களில் விளையாடுவது சிறப்பாக இருக்கும் என்று கூறிய நபர்) வந்திருந்தார். குமாரும் மணியும் ஒருவரையொருவர் பார்த்தனர். பின் பள்ளியின் தலைமையாசிரியர் அவரைப்பற்றியும் அவரது சாதனைகளைப்பற்றியும் கூறும்போது அங்குக் கைதட்டல்கள் காதுகளைக் கிழித்தன.

குமாரும் மணியும் ஒருவரையொருவர் பார்த்தனர்.

'ச்சே அவர் யாருனு தெரியாம பேசிட்டோமே' என்று குமார் கூறினான்.

'ஆமால, முடிஞ்சதும் அவர்ட்ட போய்ப் பேசுவோம்' என்று மணி கூறினான்.

'ம்ம்ம் ஆமா போவோம்' என்று குமார் கூறினான்.

ஒருவழியாக விளையாட்டு விழாவும் முடிந்தது. குமார், மணி மற்றும் அவனுடைய நண்பர்கள் விழா மேடையை நோக்கிச் சென்றனர், அங்கு ஏற்கனவே கூட்டம் அதிகமாக இருந்தது.

'ஒவ்வொருத்தரா போய்க் கைக்குடுங்க பா' என்று அங்கு இருந்த ஆசிரியர்கள் கூறினார்கள். ஆசிரியர்கள் கூறுவதை வகுப்பறையிலே கேட்கதா மாணவர்கள் மைதானத்தில் எப்படி கேட்பார்கள், கூட்டம் குறைந்தபாடில்லை. எப்படியோ குமாரும் அவனது நண்பர்களும் அவரிடம் கைக்கொடுத்துவிட்டனர். ஆனால் பேசமுடியவில்லை.

6

காடு

அந்த அழகான காட்டை விட்டு ஒவ்வொரு விலங்குகளாக வெளியேறி வேறொரு இருப்பிடத்தை நோக்கிச் சென்றன. ஒரு கட்டத்தில் காடுகள் முழுமையாக அழிந்துவிட்டதால், அங்குள்ள அனைத்து விலங்குகளும் அருகில் உள்ள காட்டிற்கு படையெடுத்தன.

தற்போது இருக்கும் காட்டைப் பாதுகாக்கவும், விலங்குகள் அனைத்துக்கும் எல்லாம் கிடைக்கவும், அங்குள்ள விலங்குகள் ஒன்றாகக் கூடி பல்வேறு முடிவுகள் எடுத்தன. அதன்படி விலங்குகள் அனைத்துதிற்கும் ஒவ்வொரு பொறுப்புகள் கொடுக்கப்பட்டன.

ஒரு சில வருடங்கள் கழிந்தன, இவ்வளவு வருடங்களாக அந்தக் காட்டினுள் பெரிய அளவில் பிரச்சனைகள் ஏதும் வரவில்லை. ஆனால் சில வருடங்களாக அங்குப் பல பிரச்சனைகள் நிலவுகின்றன. இதுவரை அக்காட்டிற்கு தலைவன் என்று யாருமில்லை. ஒருநாள் மறுபடியும் அனைத்து விலங்குகளும் ஒன்று கூடி அக்காட்டிற்கு யானையைத் தலைவனாகத் தேர்ந்தெடுத்தன. தலைவன் என்றால் சிம்மாசனத்தில் உட்கார்ந்துகொண்டு மேற்பார்வை செய்வதல்ல.

அக்காட்டை பாதுகாப்பது, காட்டின் உயிரினங்களைப் பாதுகாப்பது, அனைவருக்கும் அனைத்தும் கிடைப்பதற்கு வழிவகை செய்வது இது போன்ற பல்வேறு செயல்களைக் களத்தில் நின்று செய்வதே அக்கட்டின் தலைவனின் பொறுப்பாகும்.

இதனை அந்த யானைத் தலைவன் சிறப்பாகச் செய்துகொண்டிருந்தார். காட்டை யாரும் அழிக்காதவண்ணம் அக்காட்டை சுற்றி வலம்-

வருவது, விலங்குகளின் பிரச்சனைகளைத் தீர்த்துவைப்பது போன்ற பல செயல்களைச் சிறப்பாகச் செய்தார் காட்டின் தலைவர்.

ஒவ்வொரு மாத இறுதியிலும் தன்னுடைய தலைமையில் குறை தீர்ப்பு கூட்டம் நடைபெறும் என காட்டின் தலைவர் அறிவித்தார்.

முதல் குறை தீர்ப்பு கூடத்திற்கு தலைவனிடம் நீதிகேட்டு ஒரு ஆமையும், முயலும் வந்தன.

'வணக்கம் யானையாரே' என்று ஆமையும், முயலும் கூறின.

'வணக்கம்...வாருங்கள், என்ன இருவரும் சேர்ந்து வந்துள்ளீர்கள்?' என்று தலைவர் கேட்டார்.

'என்னுடைய வீட்டின் அருகில் உள்ள தோட்டத்தில் இருந்த காய்கறிகளை இந்த முயல் அண்ணன் எடுத்துக்கொண்டார். இதனால் எங்களுக்கு உணவு கிடைப்பதில்லை, உணவுக்காகப் பல கிலோமீட்டர் தூரம் செல்ல வேண்டியதாயிருக்கு யானையாரே'. என்று அந்த ஆமை கூறியது.

'இந்தக் காட்டில் விளையும் அனைத்தையையும் அனைவரும் பயன்படுத்தலாம் என்று சட்டம் சொல்கிறேதே யானையாரே, நான் செய்ததே சரி. ஆமைகளும் அந்தத் தோட்டத்திலிருந்து உணவை எடுத்துக்கொள்ளட்டும், நாங்களும் உணவு தேவைக்காக அத்தோட்டத்தை பயன்படுத்தி கொள்கிறோம்' என்று முயல் கூறியது.

சிறிய யோசனைக்குப் பிறகு 'எல்லாம் சரிதான் ஒரு பந்தயம் வைத்துக்கொள்ளலாம், நீங்கள் இருவரும் சென்று அங்கே தெரியுதே அந்தச் சிவப்பு நிற பூவினை பறித்து வாருங்கள், விரைவாக வருபவர்கள் தோட்டத்தை முழுமையாகப் பயன்படுத்திக்கொள்ளலாம்' என்று தலைவர் கூறினார்.

'வேண்டாம் வேண்டாம்னு சொன்னேன் கேட்டியா, இப்போ பாரு நான் தான் ஜெயிக்க போறேன், அந்தத் தோட்டம் எனக்கு வரப் போகுது' என்று திமிராகக் கூறியது முயல்.

தலைவர் இப்படியொரு போட்டியை நடத்துவார் என்று யாரும் எதிர்பார்க்கவில்லை. அங்குக் கூடி நின்றவர்களில் சிலர் முயலுக்கு ஆதரவாகவும், சிலர் நகைச்சுவையுடனும் பேசிக்கொண்டிருந்தனர்.

'எப்படியும் முயல் தான் ஜெயிக்கபோது, எதுக்கு இந்தப் போட்டி?'

'பாவம் ஆமை, இருக்குற தோட்டத்தையும் பறிகொடுக்க போகுது'

‘முயல் தான் ஜெயிக்கும், இது கூடத் தெரில இவரு இந்தக் காட்டோட தலைவரா? ஆளு வளர்ந்த அளவுக்கு அறிவு வளரலையே’ என்று அங்குக் கூடியிருந்த சில விலங்குகள் தங்களுக்குள் பேசிக்கொண்டன.

முயலும், ஆமையும் போட்டிக்குத் தயாராகின. இந்தப் போட்டியின் முடிவை நினைத்து அந்த ஆமை மிகுந்த கவலை கொண்டது. இனி உணவிற்க்காக நெடுந்தூரம் செல்ல வேண்டுமேயென வருந்தியது. தலைவர் தோட்டத்தை நமக்குக் கொடுப்பார் என்று நினைத்து வந்தால் இப்படி கூறிவிட்டாரேயென மனதினுள் நினைத்துக்கொண்டு போட்டிற்கு சென்றது.

போட்டி தொடங்கியது, ஆமையைப் பார்த்துவிட்டு ஏளனமாகச் சிரித்துவிட்டு முயல் ஓடத் தொடங்கியது, ஆமையும் நகர்ந்தது.

கூடி இருந்தவர்கள் முயலையும், ஆமையையும் உற்சாகப்படுத்தினார். தான் ஜெயிக்க மாட்டோம் என்று தெரிந்தும் தன்னை உற்சாகப்படுத்தியவர்களை பார்த்து நன்றி கூறுவதுபோல் சிரித்தது ஆமை.

ஆமை பாதி தூரம் செல்லும்பொழுதே முயல் தலைவரின் அருகில் வந்துவிட்டது. அனைவரும் ஆமைக்காகக் காத்திருந்தனர். ஆமையும் ஒருவழியாகப் பூவினை பறித்துக்கொண்டு தலைவரின் அருகில் வந்துவிட்டது.

சிலர் முயலைப் பாராட்டினார்கள், சிலர் ஆமையை நினைத்துப் பரிதாபப்பட்டார்கள்.

‘அமைதி’ என்று தலைவர் கூறியதும் சத்தம் அடங்கியது. ஆமை கண்களில் கண்ணீர் வரத்தொடங்கியது.

என்னப்பா, இந்தப் போட்டிய பத்தி என்ன நினைக்கிற? என்று முயலைப்பார்த்து தலைவர் கேட்டார்.

‘என்ன சொல்றது தலைவரே, எப்படியும் நான்தான் ஜெயிப்பேனு எல்லாருக்கும் தெரியும், எதுக்கு இந்தப் போட்டினு தான் நினைக்கத் தோணுது தலைவரே’

‘என்ன மாதிரி ஒரு முயல் கூடப் போட்டிய வச்சிருந்தா அது போட்டி, நீங்க இந்த ஆமை கூடப் போட்டிய வச்சிருக்கீங்க’ என சிரித்துக்கொண்டே முயல் கூறியது.

‘சரி தோட்டத்தைக் கொடுத்திடுவோமா’ என்று தலைவர் கூறினார்.

ஆமை அங்கிருந்து நகர தொடங்கியது.

எப்பா... ஆமையாரே!! நில்லுங்க, எங்க போறீங்க? என்று தலைவர் கூறினார்.

ஆமை கண்களில் கண்ணீருடன் நின்றது.

தலைவர் தீர்ப்பைக் கொடுக்கப் போகிறார்.

அனைவரும் கேட்டுக்கொள்ளுங்கள், இக்கட்டில் சில விதிமுறைகள், சட்டங்கள் உண்டு அதை அனைவரும் பின்பற்ற வேண்டும். அனைவ-ருக்கும் அனைத்தும் கிடைக்க வேண்டும், சம உரிமை வேண்டும், ஏற்றத் தாழ்வு இருக்கக் கூடாது என்று நம் முன்னோர்கள் இச்சட்ட திட்டங்-களை வகுத்தனர். நாம் அனைவரும் அதனைப் பின்பற்ற வேண்டும், மதிக்க வேண்டும்.

இக்காட்டில் ஒவ்வொருவருக்கும் இட ஒதுக்கீடு கொடுக்கப்பட்டுள்-ளது, அதன் படி அனைவரும் நடக்க வேண்டும். ஆகையால் அந்தத் தோட்டமானது ஆமைக்கே சொந்தமானது. இனிமேல் முயல் அந்தத் தோட்டத்திற்கு சென்று அங்குள்ள உணவு பொருட்களைப் பயன்படுத்-தக் கூடாது. முயலுக்கு எங்கு இடம் கொடுக்கப்பட்டுள்ளதோ, அங்குச் சென்று மட்டும் உணவுப் பொருட்களை எடுக்க வேண்டும். இவ்வாறு காட்டின் தலைவர் தனது தீர்ப்பினை கூறினார்.

இவ்வாறு தலைவர் கூறியதும் கூட்டத்தில் சலசலப்பு ஏற்பட்டது.

'இது என்ன நியாயம் தலைவரே? இந்தப் போட்டியில் வெற்றி பெற்-றது நான்தானே தலைவரே, அப்போ அந்தத் தோட்டம் எனக்குத்தானே தலைவரே' என்று முயல் கூறியது.

'சம உரிமை வேணும், அனைவருக்கும் அனைத்தும் கிடைக்கனும்னு நீங்கத் தானே சொன்னிங்க தலைவரே, அப்போ எல்லாரும் அந்தத் தோட்டத்தைப் பயன்படுத்தலாம்ல தலைவரே' என்று சில மிருகங்கள் கூறின.

'சிறிது நேரத்திற்கு எல்லாரும் அமைதியாக இருங்கள்'. என்று தலைவர் கூறினார்.

'இந்தப் போட்டி உங்களுக்கு முட்டாள்தனமாகத் தெரியலாம். என்-னைப் போன்ற ஒரு முயலுடன் பந்தயம் வைத்தால் தான் அது போட்டி, ஆமையுடன் ஓடுவது போட்டியல்ல என்று முயல் கூறியது உங்களுக்கு நினைவு இருக்கும் என்று நம்புகிறேன். முயலுக்கு இருக்கும் திறனுக்கு அது ஆமையைவிட வேகமா சென்று தொலைதூரத்தில் உணவினை தேடிக்கொள்ள முடியும், ஆனால் ஆமை அப்படியல்ல, அதனால்

வேகமாகச் செல்ல முடியாது. அதனால்தான் முயலுக்குத் தொலைதூரத்திலும், ஆமைக்கு அதன் இருப்பிடத்திற்கு அருகிலும் தோட்டங்கள் ஒதுக்கப்பட்டுள்ளன. இதுவே சம உரிமை ஆகும்.

இதுபோல அனைவரும் அவரவருக்கு ஒதுக்கிய இடங்களைப் பயன்படுத்திக்கொள்ளவும். இந்த இட ஒதுக்கீடு வேண்டாம் என்று கூறுவது தவறு, அனைவரும் இதனைத் தயவு செய்து புரிந்துகொள்ளுங்கள். என தலைவர் கூறினார்.

'நன்றி தலைவரே' என்று மிகுந்த மகிழ்ச்சியுடன் ஆமை அங்கிருந்து சென்றது. முயலும் வாடிய முகத்துடன் சென்றது.

'வேறு ஏதாவது புகார்கள், குறைகள் இருந்தால் கூறவும்' என்று தலைவர் கூறினார்.

'வணக்கம் தலைவரே' என்று ஒரு பன்றி கூட்டங்கள் கூறின.

'வணக்கம், உங்களுக்கு ஏதேனும் குறைகள் உள்ளதா? என தலைவர் கேட்டார்.

'ஆமாம் தலைவரே'

'கூறுங்கள்'

'எங்களுக்கு ஒதுக்கப்பட்டுள்ள இடத்தில் உணவிற்காகச் சென்றால் எங்களை வெள்ளை பன்றிகள் உள்ளே விடுவதற்கு மறுக்கிறார்கள் தலைவரே, இதனால் எங்களுக்குப் போதிய உணவு கிடைப்பதில்லை தலைவரே' என்று அந்தப் பன்றிகள் கூறின.

எதனால் உங்களை உள்ளே விட மறுக்கிறார்கள்?

'நாங்கள் கருப்பாக இருக்கிறோம் என்று கூறி உள்ளே விட மறுக்கிறார்கள் தலைவரே'

'உள்ளே விட மறுத்த வெள்ளை பன்றிகள் வரவும்' என்று தலைவர் கூறினார்.

வெள்ளை பன்றிகள் வந்தன. 'வணக்கம் தலைவரே' என்று கூறின.

'வணக்கம்..........எதற்க்காகக் கருப்பு பன்றிகளை உள்ளே விட மறுக்கிறீர்கள்?' என்று வெள்ளை பன்றிகளைப் பார்த்துத் தலைவர் வினவினார்.

'அதுவந்து..........அவர்கள் கருப்பாக உள்ளனர், அவர்களைப் பார்த்தாலே அருவருப்பாக உள்ளது அதுமட்டுமில்லாமல் எங்கள் மூதாதையர் இவர்களை அருகில் சேர்க்கக் கூடாது என்று கூறியுள்ளனர்' என்று அந்த வெள்ளை பன்றி கூட்டங்கள் கூறின.

'இது என்ன ஒரு பைத்தியக்காரத்தனம்??? அவர்களும் நீங்களும் ஒரே இனம்தானே? உங்களுக்குள் எதற்கு நிறத்தின் அடிப்படையில் வேறுபாடு? நானும் கருப்புதான் என்னைத் தலைவராக ஏற்றுக்கொண்டீர்கள், ஏன் கருப்பு பன்றிகளை உங்களுடன் சேர்த்துக்கொள்ள மறுக்கிறீர்கள்?

'அவர்களையும் உங்களுடன் சேர்த்து கொள்ளுங்கள், இல்லையென்றால் கடுமையான விளைவுகளைச் சந்திக்க நேரிடும்' என தலைவர் வெள்ளை பன்றிகளை எச்சரித்தார்.

'வேறு ஏதேனும் புகார்கள் உள்ளதா?' என்று தலைவர் கேட்டதும், தலைவரின் அருகில் உள்ள அவரின் உதவியாளர் தலைவரின் காதுகளில் ஏதோ முணுமுணுத்தார்.

'ஓ!! இது வேறயா! உருவ கேலியும் நடைபெறுகிறதா?' என்று தலைவர் கூறினார்.

உருவ கேலி, நிறத்தின் அடிப்படையில், பிறப்பின் அடிப்படையில் யாரேனும் மற்றவர்களைச் சீண்டினால் அவர்கள்மீது கடுமையான நடவடிக்கை எடுக்கப்படும்.

'வேறு ஏதேனும் புகார்கள் இருந்தால் கூறவும்' என தலைவர் கேட்டதும், ஒவ்வொரு விலங்குகளும் தங்களது குறைகள், புகார்களைத் தலைவரிடம் தெரிவித்தனர்.

உங்களுடைய அனைத்து குறைகளும் சரிசெய்யப்படும், மேலும் இக்காட்டில் நிலவும் பல பிரச்சனைகளுக்குத் தீர்வு காண்பதற்க்காக ஒரு கண்காணிப்பு குழுவை நியமனம் செய்வதற்கு முடிவு செய்துள்ளேன்.

விரைவில் அக்குழுவின் உறுப்பினர்களை அறிவிப்பேன், அதுவரை உங்களின் குறைகள், புகார்களை என்னிடம் தெரிவிக்கலாம். இக்காட்டில் உயர்வு தாழ்வு இருக்கக் கூடாது, சட்டங்களைப் பின்பற்ற வேண்டும், மதிக்க வேண்டும். இக்கூட்டம் இத்துடன் முடிவடைகிறது என்று தலைவர் கூறினார்.

அனைவரும் இவ்விடத்தை விட்டு நகர தொடங்கினர், ஒவ்வொருவரும் ஒவ்வொரு கருத்தைப் பேசியவாறே சென்றனர். ஒரு சிலரை தவிர மற்ற அனைவரும் தலைவரின் கருத்தை ஏற்றுக்கொண்டனர்.

ஆமையும் சந்தோசமாகச் சென்றுகொண்டிருந்தது, அனைத்து விலங்குகளும் ஆமைக்கு வாழ்த்துகள் கூறின.

‘என்ன மன்னிச்சிரு பா’ என்று ஆமையை வழிமறித்து முயல் கூறியது.

‘நீங்க மனம் திருந்திட்டிங்கள அதுவே போதும், எதுக்கு மன்னிப்பு’ என்று கூறிவிட்டு ஆமை மீண்டும் நகர்ந்தது. முயலும் தாவித் தாவிச் சென்றது.

‘நம்ம காட்டுல இவ்ளோ பிரச்சன நடக்குதா மாப்ள?’ என்று ஒரு குரங்கு தனது நண்பனிடம் கேட்டது.

‘ஆமா மாப்ள, இத விட இன்னும் நெறையா நடக்கு, காட்டுல என்ன நடக்கு, யாரு எப்படிப்பட்டவங்கனு தெரிஞ்சுக்கோ மாப்ள’ என்று அந்த நண்பர் கூறினார்.

‘ச்சே.........., பேசாம வேற காட்டுக்குப் போயிருவோமா மாப்ள?

‘நீ எங்க போனாலும் ஏதாவது சொல்லி ஒடுக்கத்தான் பாப்பாங்க மாப்ள, ஓடுகிறவங்க ஓடுக்கிட்டேதான் இருப்பாங்க மாப்ள, நாம தான் அத ஒடச்சி மேல வரணும்’ என்று அந்த நண்பர் குரங்கு கூறிவிட்டு மரத்தின் மேலே ஏறியது.

‘நான் மேல வந்துட்டேன், நீயும் சீக்கிரம் மேல வா மாப்ள’

7

உயிர்க்குடி

சங்கர் நன்றாகப் படிக்கக்கூடிய பன்னிரெண்டாம் வகுப்பு மாணவன், பத்தாம் வகுப்பு பொது தேர்வில் மாவட்ட அளவில் முதலிடம் பெற்று மாவட்ட ஆட்சித்தலைவரிடம் பாராட்டைப் பெற்றவன். இயற்பியல் பாடத்தின் மீது தீராத காதல் கொண்டுள்ளவன். தான் ஒரு விஞ்ஞானியாக வேண்டும் என்பதில் உறுதியாக இருந்தான். தந்தை ஒரு குடிகாரர், வேலை செய்துவிட்டு அந்தப் பணத்தில் சாராயம் வாங்கி குடித்து விட்டு வீட்டில் சண்டையிடுவதை வாடிக்கையாகக் கொண்டுள்ளவர். தாய் தொழிற்பேட்டையில் வேலை செய்கிறார், அவரது உழைப்பில்தான் குடும்பம் ஓடுகிறது. சங்கருக்கு ஒரு தங்கை இருக்கிறாள், பெயர் அகிலா பத்தாம் வகுப்பு படிக்கிறாள்.

பத்தாம் வகுப்பில் மாவட்ட அளவில் முதலிடம் பெற்றுள்ளதால், சங்கரின் மேல்நிலை படிப்பிற்கான செலவுகளை ஒரு தனியார் பள்ளி பொறுப்பேற்று, அவனைப் படிக்கவைக்கிறது. அகிலா கோவில்பட்டி அரசு பெண்கள் மேல்நிலைப் பள்ளியில் படிக்கிறாள். தங்களின் வாழ்வை மாற்றக்கூடியது கல்வி என்ற உண்மையை அவர்கள் இருவரும் அறிந்திருந்த காரணத்தினால் படிப்பின் மீது அதிக கவனம் செலுத்தி படித்தனர். பள்ளி முடிந்ததும் வீடு, வீட்டுக்கு வந்தவுடன் படிப்பு, காலையில் மீண்டும் பள்ளி இப்படியே இருவரும் முழு கவனத்துடன் படித்தனர்.

மதியம் சாப்பிட்டவுடன் மற்ற மாணவர்கள் அனைவரும் மரத்தடிக்கு சென்று பேசிக்கொண்டிருப்பார்கள், ஆனால் சங்கர் மட்டும் பள்ளி நூல-

கத்திற்கு சென்று புத்தகங்களைப் படிப்பான், பாட புத்தகங்கள் மட்டுமில்லாமல் தலைவர்கள் வரலாறு, சுயசரிதைகள் போன்ற பல புத்தகங்களைப் படிப்பான்.

சங்கரை பார்த்து மற்ற மாணவர்களும் நூலகத்திற்கு சென்று, புத்தகங்களை வாசிக்கத் தொடங்கினர்.

'லேய் சங்கரு எப்படில டியூஷன் போகாம இவ்ளோ நல்லா படிக்க?' என்று சங்கரின் நண்பர்கள் கேட்டனர்.

'கிளாஸ்ல நடத்துறத நல்லா கவனிச்சாலே போதும்ல, எதுக்கு டியூஷன் போய்கிட்டு, அப்டி ஏதும் டவுட்னா கிளாஸ் முடிஞ்சதும் டீச்சர்ட கேட்ட முடிச்சுரும் அதான் போகல. அதுமில்லாம வீட்டுல அம்மா சம்பளத்துலதான் எல்லாமே பண்ணனும், அப்பா காசு குடுக்க மாட்டாரு' என்று சங்கர் கூறினான்.

'நல்லா படி டா' என்று சங்கரின் நண்பர்கள் கூறினார்கள்.

'நீங்களும் நல்லா படிங்கடா' என்று சங்கர் கூறினான்.

'லேய் இன்னைக்கு எப்படியாவது மேக்ஸ் சார் வர்றதுக்குள்ளயும் கிரவுண்டுக்குப் போயிருனும்ல'

'ஆமால இன்னைக்கு கண்டிப்பா போகணும், கிரவுண்டுக்குப் போய் ரெண்டு மாசம் ஆச்சு, நாளைக்கு லீவுனு சொன்னாங்க'.

மதிய உணவு இடைவேளை முடிந்து, வகுப்புகள் தொடங்கின. மாலை இறுதி வகுப்பில் ஒருவழியாக மாணவர்கள் அனைவரும் பள்ளி மைதானத்திற்கு சென்றுவிட்டனர்.

'என்னல பீட்டி சார காணோம்? எங்க போனாரு?'

'லேய் அந்தா வாராரு'

'என்னல ரொம்ப நாள் கழிச்சு பாக்கற மாதிரி இருக்கு' என்று உடற்கல்வி ஆசிரியர் கேட்டார்.

'ஆமா சார், இங்க வர்றதுக்குள்ளயும் மேக்ஸ் சார் கிளாஸ்கு வந்துர்றாரு, அதான் வர முடியல' என்று மாணவர்கள் கூறினார்கள்.

'சரில என்ன விளையாடப் போறீங்க?'

'புட்பால் சார்' என்று மாணவர்கள் கூறினார்கள்.

'சரி போய் விளையாடுங்கல' என்று ஆசிரியர் கூறினார்.

மாணவர்கள் அனைவரும் உற்சாகமாகச் சென்றனர். சில நிமிடங்களிலே இரண்டு குழுக்களாகப் பிரிந்து சென்று விளையாட ஆரம்பித்-

தனர். சில மாணவர்கள் மரத்தடிக்கு சென்று பேசத் தொடங்கினர்.

'இப்டியே இருங்கல' என்று மைதானத்திலிருந்து ஒரு மாணவன் கூறினான்.

'நீ போய் விளையாடுல' என்று மரத்தடியிலிருந்து பதில் வந்தது.

'வால அவங்கபாட்டுக்கு உக்காந்துருக்காங்க' என்று சங்கர் கூறி-னான்.

மாணவர்கள் புழுதி பறக்க சந்தோசத்துடன் விளையாடினர், நேரம் போனதே தெரியவில்லை அதற்குள்ளே மணி ஒலித்தது. விளையாட்டில் சங்கரின் எதிர் அணியினரே வெற்றிபெற்றனர்.

'சீக்கிரம் வாங்கல' என்று அனைவரும் கை, கால்களைக் கழுவி-விட்டு வகுப்பறைக்குச் சென்று புத்தக பையைத் தூக்கிக்கொண்டு பள்-ளியை விட்டுச் சென்றனர்.

சங்கரும் வீட்டிற்கு சென்று படிக்கத் தொடங்கினான். அகிலாவும் அவனுடன் சேர்ந்து படிக்கத் தொடங்கினாள். சங்கரின் அம்மா சமை-யலை தொடங்கினார்.

அம்மா என்ன இன்னும் அப்பா வரல? என்று அகிலா கேட்டாள்.

'எங்க தண்ணிய போட்டு விழுந்து கிடக்கோ' என்று அம்மாவிடமி-ருந்து பதில் வந்தது.

'ரெண்டு பேருக்கும் நாளைக்கு லீவா?', என்று சங்கரின் அம்மா கேட்டார்.

'ஆமாமா' என்று இருவரிடமிருந்து பதில் வந்தது.

'சரி அப்போ எடுத்துவச்சிட்டு நாளைக்கு படிங்க' என்று அவர்களு-டைய அம்மா கூறினார்.

'நான் முடிசிட்டேன்பா' என்று அகிலா கூறினாள். 'ஒரு பாத்து நிமி-சம் மா, நானும் முடிச்சிறேன்' என சங்கர் கூறினான்.

இருவரும் தங்களின் புத்தகங்களை எடுத்துவைத்துவிட்டு, சாப்பிட தொடங்கினர். அதே நேரத்தில் அவர்களுடைய தந்தையும் போதையில் வந்தார்.

மறுநாள் காலையில், சங்கரின் அம்மா தொழிற்பேட்டைக்கு வேலைக்குக் கிளம்பினார். அவனுடைய தந்தையும் கிளம்பினார், வேலைக்குச் சென்று என்ன பயன்?. அகிலாவும், சங்கரும் படிக்கத் தொடங்கினர், தன்னுடைய பாடங்களைப் படித்துக்கொண்டே அகிலா-

வின் சந்தேகங்களையும் சங்கர் தீர்த்துவைத்தான்.

பகல் முடிந்து இருட்ட தொடங்கியது, சங்கர் கடுங்காப்பி போட்டு அகிலாவுக்கு குடுத்துவிட்டு தானும் குடித்தான். பின் இருவரும் காலையில் படித்தவற்றை ஒருமுறை திருப்பிப் பார்த்தனர்.

‘என்னணே இன்னும் அம்மாவ காணோம்?’ என்று அகிலா சங்கரிடம் கேட்டாள்.

‘இன்னைக்கு சனிக்கிழமைல, சம்பளம் வாங்கிட்டு வர லேட் ஆகும்’ என சங்கர் கூறினான்.

மாலை கிட்டதட்ட 7 மணி இருக்கும், சங்கரின் அம்மா வீட்டிற்கு கையில் ஒரு பையுடன் வந்தார்.

‘என்ன பன்றிங்க ரெண்டு பேரும்’

‘இப்போதான் படிச்சுமுடிச்சுட்டு டிவி பாத்துட்டுஇருக்கோம்மா’

‘என்னது மா அது’ என்று அம்மாவின் கையில் உள்ள பையைப்பார்த்து கேட்டான் சங்கர்.

‘சம்பளம் வாங்கிட்டு வரும்போது அப்டியே உங்களுக்கு ரொட்டி (பரோட்டா) வாங்கிட்டு வந்தேன். அகிலா போனவாரம் டிவில சூரி காமெடிய பாத்துட்டு ரொட்டி சாப்பிட்டு ரொம்ப நாள் ஆச்சுன்னு சொன்னா, அதான் வாங்கிட்டு வந்தேன்’ என்று சங்கரின் அம்மா கூறினார்.

மணி 8-ஐ தாண்டியது, சங்கரின் அம்மா இருவருக்கும் ரொட்டியை தட்டில் வைத்து, சால்னாவை ஒரு கிண்ணத்தில் ஊற்றிக் கொடுத்துவிட்டு, தானும் சாப்பிட அமர்ந்தார்.

‘உனக்கு ரொட்டி மா?’ என்று சங்கர் கேட்டான்

‘எனக்கு வேணாம்ல, காலைல பொங்குன சோறு இருக்கு அத சாப்பிட்டுகிறேன்’ என்று சங்கரின் தயார் கூறினார்.

‘இந்தா மா’ என்று சங்கர் ரொட்டியின் ஒரு பகுதியை நீட்டினான், அகிலாவும் தனது பங்கிற்கு கொஞ்சம் கொடுத்தாள். ஆனால் இவர்களுடைய கோரிக்கைகளை நிராகரித்துவிட்டாள் அந்தத் தாய்.

சில நிமிடங்களிலே சங்கரின் தந்தையும் வந்துவிட்டார். வீட்டின் உள்ளே நுழையும்பொழுது போதையில் தள்ளாடினார். வழக்கம்போல் சங்கரின் தாயை அசிங்கமா பேசத்தொடங்கினார். கண்ணீருடன் அனைத்தையும் பொறுத்துக்கொண்டு பாத்திரங்களை விலக்கிக்கொண்டிருந்தார் சங்கரின் தாயார். இன்று புதிதாக சங்கரின் அம்மா வாங்கிய

சம்பளத்தையும் கேட்டார். பதிலேதும் கூறாமல் தன் வேலையை சங்கரின் தாய் செய்துகொண்டிருந்தார். திடீரென சங்கரின் அம்மா பாத்திரங்களின் நடுவே போய்விழுந்தார், சங்கரும் அகிலாவும் வேகமாகச் சென்று வெளியே பார்த்தபொழுது, சங்கரின் தந்தை சங்கரின் தாயாரை அடித்-திக்கொண்டிருந்தார்.

சங்கர் வேகமாகச் சென்று தாயை அடிப்பதை நிறுத்த முயற்சித்தான், ஆனால் அவனுடைய தந்தை அவனைக் கீழே தள்ளிவிட்டு அவனை அடிக்கத் தொடங்கினார். அக்கம் பக்கத்தினர் தடுக்க வந்தபொழுது, அவர்களையும் அசிங்கமாகத் திட்டிவிட்டு அடிப்பதை தொடர்ந்தார். இதைப் பார்த்த தாய் வேகமாக வந்து சங்கரை அடிப்பதை தடுத்தார். வெறிபிடித்த மிருகம்போல் உடனே சங்கரின் தாயின் கழுத்தை பிடித்து வீட்டின் அருகில் இருக்கும் மின் கம்பத்தில் மோதினார் சங்கரின் தந்தை.

சங்கரின் தாய் கீழேவிழுந்து மயக்கமடைந்தார். தலையிலிருந்து ரத்-தம் நிற்காமல் வந்துகொண்டிருந்தது. அகிலாவும் சங்கரும் அழுது-கொண்டே தாயின் அருகில் சென்றனர். பக்கத்துக்கு வீட்டுக்காரர்கள் விரைந்து சென்று சங்கரின் அம்மாவை ஒரு ஆட்டோவில் ஏற்றிக் கோவில்பட்டி அரசு மருத்துவமனைக்குக் கொண்டுசென்றனர்.

அகிலாவை பக்கத்துக்கு வீட்டுக்கார அக்கா அவரது வீட்டுக்கு அழைத்துச் சென்றார். சங்கரும் பக்கத்துக்கு வீட்டுக்காரர்களும் மருத்-துவமனையில் அவசர பிரிவிற்கு வெளியே நின்றுகொண்டிருந்தனர். தாயின் தலையிலிருந்து ரத்தம் வந்த காட்சி சங்கரின் கண்முன்னே மீண்டும் மீண்டும் தோன்றியது, கண்களிலிருந்து கண்ணீர் நிற்காமல் வந்-துகொண்டிருந்தது. பக்கத்துக்கு வீட்டுக்காரர்கள் சங்கரை தேற்றினர்.

'இங்க வாங்க டாக்டர் கூப்பிடுறாங்க' என்று ஒரு செவிலியர் வெளியே நின்றுகொண்டிருந்த சங்கர் மற்றும் பக்கத்துக்கு வீட்டுக்காரர்-களை அழைத்தார். சங்கரும் மற்றொரு நபர் மட்டும் உள்ளே சென்றார்-கள்.

'பயப்படுறமாதிரி ஒன்னும் இல்ல, ரெண்டு நாள் இங்க இருக்கட்டும், அடுத்து வீட்டுக்குக் கூட்டிட்டுப்போங்க, தலைல ஆறு தையல் போட்-ருக்கோம், தண்ணி படாம பாத்துக்கோங்க' என்று மருத்துவர் கூறிவிட்டு அங்கிருந்து கிளம்பினார்.

'யாராவது ஒரு ஆள் மட்டும் கூட இருங்க, நைட் 11 மணிக்கு மேல ஊசி போடணும்' என்று கூறிவிட்டு செவிலியரும் அங்கிருந்து சென்று-விட்டார்.

'ரொம்ப தேங்க்ஸ், நானே நைட் இங்க அம்மா கூட இருக்கேன்' என்று பக்கத்துக்கு வீட்டுக்காரர்களிடம் சங்கர் கூறினான்.

'சாப்பிட்டியா டா?' என்று ஒருவர் கேட்டார்.

'ம்ம்……நாங்க எல்லாரும் சாப்பிட்டோம்' என்று சங்கர் கூறினான்.

'டேய் தம்பி, இப்போ வீட்டுக்குப் போவோம், நீ அம்மாக்கும், உனக்-கும் போர்வைய எடுத்துட்டு மறுபடியும் இங்க வந்துரு' என்று மற்றொ-ருவர் கூறினார்.

அனைவரும் மருத்துவமனையை விட்டுக் கிளம்பி வீட்டிற்கு சென்-றனர். தந்தை தினமும் இப்படி குடித்துவிட்டு தாயிடம் சண்டை போடு-வதை நினைத்து சங்கர் மனமுடைந்து போனான். இன்று தாயை அடித்துத் தலையில் தையல் போடுமளவிற்கு குடித்துவிட்டு வந்த தன் தந்தையை நினைத்து மிகுந்த வேதனையுடன் தற்கொலை செய்து-கொள்ள முடிவெடுத்தான்.

போர்வையை எடுத்துக்கொண்டு, அகிலாவை பார்த்துவிட்டு மருத்து-வமனைக்குத் தனது சைக்கிளில் கண்களில் கண்ணீருடன் கிளம்பினான். வீட்டில் வைத்து எழுதிய ஒரு தற்கொலை கடிதத்தையும் தன்னுடன் எடுத்துச் சென்றான். இவ்வாழ்வே வேண்டாம் என்று முடிவெடுத்துவிட்-டான்.

மருத்துவமனைக்குச் சென்று தன் தாயின் மேல் போர்வையை போர்த்திவிட்டு, அந்தத் தற்கொலை கடிதத்தைத் தாயின் அருகில் வைத்துவிட்டு அங்கிருந்து புறப்பட்டான்.

இரவு மணி 10-ஐ தாண்டியது சங்கரின் அம்மாவிற்கு நினைவு திரும்பியது, சுற்றி முற்றி பார்த்துவிட்டு அருகில் இருக்கும் நபரிடம் தன் மகன் மகளைப் பற்றி விசாரித்தார்.

'உங்க பையன் கொஞ்ச நேரத்துக்கு முன்னாடிதான் இங்க இருந்து கிளம்புனான்' என்று அருகில் இருக்கும் அந்த நபர் கூறினார்.

இரவு 11 மணிக்கு ஊசி போடுவதற்காக செவிலியர் வந்தார்.

'என் மகன பாத்திங்களா?' என்று சங்கரின் தாய் ஊசி போடவந்த செவிலியரிடம் விசாரித்தார்.

'இங்கதாம்மா இருந்தான், வீட்டுக்குப் போயிருப்பான் நீங்கப் பயபுடமா தூங்குங்க, காலைல வந்துருவான்' என்று அந்த செவிலியர் கூறிவிட்டு சென்றார்.

சங்கரின் தாய்க்கு மனம் பதறியது, எப்பொழுது விடியும் என்று எதிர்பார்த்துக்கொண்டிருந்தார். அந்த நீண்ட இரவும் முடிவுக்கு வந்தது. செவிலியர் செலுத்திய ஊசியின் விளைவால் ஏற்பட்ட தூக்கத்திலிருந்து எழுந்து, கழிப்பறைக்கு சென்று வந்து பார்த்தபொழுது படுக்கையில் ஒரு கடிதம் இருந்தது. அது மருத்துவர் எழுதியது என நினைத்து அருகில் இருக்கும் மேஜையில் வைத்தார் சங்கரின் தாய். பின் அறையின் வாசலைப் பார்த்தபடியே அமர்ந்திருந்தார்.

காலையில் மீண்டும் அந்த செவிலியர் வந்தார்.

'இது கட்டில்ல இருந்துச்சு' என்று மேஜையில் இருந்த கடிதத்தை அந்த செவிலியரிடம் சங்கரின் அம்மா காண்பித்தார். பின் அந்த செவிலியர் அங்க கடிதத்தை எடுத்து வாசிக்கத் தொடங்கினார். கடிதத்தைப் பிரித்து வாசிக்கத் தொடங்கியதும் அதிர்ச்சியடைந்து சங்கரின் அம்மாவிடம் கடிதத்தில் இருந்தவற்றை கூறினார்.

''அம்மா என்ன மன்னிச்சுரு அப்பா தினமும் குடிச்சுட்டு வந்து உன்கிட்ட சண்டைபோடுறத என்னால தங்க முடியல மா, நான் போனதுக்கு அப்பறோம் அப்பா குடிக்க மாட்டாரு மா நீ கவலபடாத மா, நான் குடிக்கிறதுனாலதான் என் மகன் இறந்துட்டான்னு அப்பா நினைச்சி இனி குடிக்க மாட்டாரு மா, அகிலவா பாத்துக்கோமா அவள நல்லா படிக்கவை மா, நான் இல்லனு கவலைபடாத மா நா எப்பவும் உன் கூடத்தான் இருப்பன் மா நான் போறேன் மா''

இவ்வாறு அந்தக் கடிதத்தில் எழுதப்பட்டிருந்தது. இதைக் கேட்டதும் மருத்துவமனையே அலறும் படி அந்தத் தாய் கதறி அழுது கொண்டிருந்தாள், அப்பொழுது ஒரு காவல் ஆய்வாளர் மற்றும் சில காவலர்கள் அந்தத் தாயை நோக்கி வந்தனர். அவர்களுக்குப் பின்னால் தன் மகன் வருவதை கண்ட அந்தத் தாய் வேகமாகக் கீழே இறங்கி தன் மகனைக் கட்டியணைத்தாள்.

'எதுக்கு இப்டி ஒரு முடிவ எடுத்தல?' என்று கண்ணீருடன் சங்கரிடம் கேட்டாள் அந்தத் தாய்.

'எனக்கு என்ன பன்றதுன்னே தெரில மா, அதான் இப்டி ஒரு முடி-வெடுத்தேட்டேன் மா' என்று சங்கரும் அழுதுகொண்டே கூறினான்.

'இங்க பாரு தம்பி இனிமே இப்டி பண்ண கூடாது' என்று காவல் ஆய்வாளர் கூறினார்.

'என்ன சார் ஆச்சு? இவன் நேத்து நைட் எங்க போனான்?' என்று சங்கரின் தாய் அந்தக் காவல் ஆய்வாளரிடம் கேட்டார்.

நாங்கள் இரவில் ரோந்து பணிக்குச் செல்லும்பொழுது உங்கள் மகன் பாலத்தின் தடுப்பு சுவரின் மீது ஏறுவதற்கு முயற்சி செய்துகொண்டிருந்-தான். நாங்கள் விரைவாக அவனைத் தடுத்து விசாரித்ததில் நடந்த எல்-லாவற்றையும் உங்கள் மகன் கூறினான். உங்கள் மகனை என் வீட்டில் ஓய்வெடுக்க வைத்துவிட்டு காலையில் உங்கள் வீட்டிற்கு சென்றோம்.

உங்கள் கணவரை மறுவாழ்வு மையத்திற்கு அழைத்துச்சென்று அங்கு அவரைச் சேர்த்துவிட்டோம். பின் உங்கள் மகனை அழைத்துக்-கொண்டு இங்கு வந்தோம்.

நீங்கள் இனி கவலைப்பட தேவையில்லை உங்கள் கணவர் முழு-மையாகக் குடிப்பழக்கத்திலிருந்து மீண்டுவந்துவிடுவார். ஒரு மாதத்திற்கு தேவையான அரிசி மற்றும் மளிகை பொருட்களை உங்கள் வீட்டில் வைத்துள்ளோம். தம்பி இனி இந்தமாதிரி எதும் பண்ணக் கூடாது, நல்லா படிக்கணும் என்று கூறி அவர்கள் மருத்துவமனையை விட்டுச் சென்றனர்.

8

புதிய தொடக்கம்

கோவில்பட்டி பழைய பேருந்து நிலையத்தில் அன்று கூட்டம் கொஞ்சம் அதிகமாகவேயிருந்தது. அதுமட்டுமில்லாமல் மழை வருவதற்கான அறி-குறியும் தென்பட்டது. வேலை முடிந்து வீட்டிற்கு செல்வதற்காகப் பேருந்-திலிருந்து இறங்கி, தனது வாகனத்தை நோக்கிச் சென்றார் கமலா. அப்பொழுது அங்கு ஒரு கூட்டம் கூடியிருப்பதை பார்த்து அங்கு விரைந்தார்.

அங்கு ஒரு பெண் மயங்கி விழுந்து கிடப்பதையும், அருகில் ஒரு பெண் குழந்தை அழுதுகொண்டிருப்பதையும் பார்த்துக் கொண்டிருந்த நேரத்தில், யாரோ ஒருவர் அப்பெண்ணின் முகத்தில் தண்ணீரை அடித்-தார், அப்பெண் எழுந்துவிட்டார். சுற்றி முற்றி பார்த்துவிட்டுத் தனது குழந்தையை அணைத்துக்கொண்டார். அதற்குள் ஒருவர் டீ-யினை அப்பெண்ணிடம் கொடுத்தார். பின் சிலர் அப்பெண்ணிடம் பல கேள்வி-களைக் கேட்டனர், ஆனால் அப்பெண் மௌனமாக இருந்தார். இதை-யெல்லாம் கமலா கவனித்துக்கொண்டிருந்தார்.

கூட்டம் கலைந்த பின் அப்பெண்ணின் அருகில் சென்று ‘என்னாச்சு உடம்பு எதும் சரியில்லையா’ என்று கமலா கேட்டார்.

அப்பெண் மறுபடியும் மௌனமாகவே இருந்தார், அப்பெண்ணின் கண்ணிலிருந்து கண்ணீர் வழிந்தது, குழந்தையும் அழுதுகொண்டேயி-ருந்தது. கமலாவிற்கு ஒன்றும் புரியவில்லை. ஒரு நிமிடம் அப்பெண்-ணின் தோற்றத்தைக் கவனித்தார், தலை கலைந்திருந்தது, நெற்றியில் பொட்டில்லை, முகம் வாடியிருந்தது மற்றும் அருகில் ஒரு பையும்

இருந்தது, இப்பெண்ணிற்கு ஏதோ பிரச்சனையுள்ளது என்று கமலா உணர்ந்தார்.

அருகிலிருந்த டீ ஆறிவிட்டதால், கமலா மறுபடியும் ஒரு டீ , ஒரு டம்ளர் பால் மற்றும் ஒரு பிஸ்கேட் பாக்கெட்டை வாங்கிவந்தார், அப்பெண்ணிடம் டீயை கொடுத்தார், முதலில் தயங்கிய அப்பெண் பின் டீயினை வாங்கி குடித்தார், அப்பெண் அவ்வளவு வேகமாகக் குடிப்பதை பார்த்த கமலா அப்பெண் எவ்வளவு பசியில் உள்ளார் என்பதை அறிந்து கொண்டார். பின் நன்கு ஆற்றிய பாலினை அக்குழந்தைக்கு கொடுத்தார், ‘பரவாயில்லை நான் கொடுக்கிறேன் என்று அப்பெண் கூறினார்’.

யாரு நீங்க? எதுக்கு மயங்கி விழுந்திங்க? உங்க உடம்புல எதும் பிரச்சனையா? என்று கமலா வினவினார்.

’உடம்புல பிரச்சன எதும் இல்ல, மனசுல தான் பிரச்சன‘ என்று கோபம் கலந்த சோகத்துடன் அப்பெண் கூறினார்.

டீயினை குடித்து முடித்தபின்பு, நான் என் அம்மா ஊருக்குச் செல்வதற்காக இங்கு வந்தேன், சில நாட்களாகச் சரியாகச் சாப்பிடவில்லை, அதனால்தான் மயங்கி விழுந்து விட்டேன் எனக்கூறிக்கொண்டே எழுந்தார் ‘உங்க உதவிக்கு நன்றி, பஸ் வந்துருச்சு நான் கிளம்புறேன்’ என்று குழந்தையையும், பையையும் தூக்கினார் அப்பெண்.

’கொஞ்ச நேரம் இருங்க, உங்க பிரச்சன என்னனு சொல்லுங்க என்னால முடிஞ்சவரைக்கும் உதவி செய்யுறன்‘ என கமலா கூறினார்.

‘இல்ல இல்ல வேண்டாம், நான் பாத்துக்கிறேன்’ என்று சோகத்துடன் அப்பெண் கூறினார்.

‘இல்ல பரவாயில்ல நான் என்னால முடிஞ்ச ஹெல்ப் பன்றேன்’ எனக் கமலா அந்தக் குழந்தையைப் பார்த்தவாறே கூறினார்.

‘என்னால எதுக்கு உங்களுக்கு வீண் சிரமம், நான் ஊருக்கே போறேன்’

‘இதுல ஒரு சிரமமும் இல்ல, பணப்பிரச்சனையா? குடும்பப்பிரச்சனையா? எதா இருந்தாலும் சொல்லுங்க, நான் ஒரு வழக்கறிஞர் தான், என்னால முடிஞ்ச உதவிய செய்யுறேன்’ என்று கமலா கனிவுடன் கூறினார்.

’ஒரு வாரத்துக்கு முன்னாடி என் வீட்டுக்காரர் இறந்துட்டாரு, என்னோட மாமனாரும் மாமியாரும் வயசானவுக அதான் நான் அம்மா வீட்டுக்குப் போறேன்‘ என்று அந்தப்பெண் கண்ணீரை துடைத்துக்-

கொண்டே சொன்னார். பின் பேருந்தை நோக்கி நடக்க தொடங்கினார்.

'நில்லுங்க நில்லுங்க' என்று கமலா அப்பெண் பின்னாலே சென்றார்.

'ப்ளீஸ் நான் சொல்றத கேளுங்க, உங்க பிரச்னையை நான் தீர்த்து-வைக்கிறேன்' என்று கமலா கூறினார்.

ஒரு வழியாக அப்பெண் கமலாவின் வேண்டுகோளை ஏற்றுக்-கொண்டார்.

'சரி இருட்ட போகுது வீட்ல போய்ப் பேசுவோம்' எனக்கூறி தனது வாகனத்தை நோக்கி அழைத்துச் சென்றார் கமலா. மூவரும் பேருந்து நிலையத்தைவிட்டு கிளம்பினர். வானிலிருந்து சிறு சிறு தூறல்களும் விழத் தொடங்கியது.

'பிள்ள தலைய நல்லா மூடிக்கோங்க' என்று கமலா வாகனத்தை இயக்கியவாறே கூறினார். சில நிமிடங்களில் வீட்டிற்கும் வந்துவிட்டனர்.

வீட்டிற்கு வந்ததும் இருவரும் கால் கையைக் கழுவிய பின்னர் குழந்தைக்கு உணவு கொடுத்துத் தூங்க வைத்தனர். அப்பொழுதுதான் கமலாவின் மகன் டியூஷன் முடிந்து வந்தான்.

'இவந்தான் என் பையன், பேரு தமிழ்' எனக்கூறியவுடன் அப்பெண் அப்பையனைப்பர்த்து சிரித்தார் அவனும் சிரித்தான், பின் உள்ளே சென்றான்.

'உங்க வீட்டுக்காரு எப்போ வருவாரு?' என்று கூச்சம் கலந்த பயத்-துடன் அப்பெண் கமலாவிடம் கேட்டார்.

'அவரு ஆபீஸ் விஷயமா சென்னை வரைக்கும் போயிருக்காரு ரெண்டு நாள் கழிச்சுத்தான் வருவாரு' என்று கமலா கூறினார்.

'ஓ! சரிக்கா'

'சரி வாங்க சாப்பிடுவோம்' என்று கமலா கூறினார்.

'இல்ல வேணாம் கா டீக்குடிச்சதே இன்னும் அப்டியே மக்கா இருக்கு' என்று அப்பெண் கூறினார்.

கமலா அப்பெண்ணை கட்டாயப்படுத்தி சாப்பிட அழைத்தார். ஒரு வழியாக அப்பெண்ணும் சாப்பிட சம்மதம் தெரிவித்துவிட்டார். புதிதாகப் பழகியவரைச் சாப்பிட வைப்பது என்பது எவ்வளவு பெரிய சவாலான காரியம்.

'தமிழ் சாப்பிட வா' என்று கமலா தன் மகனைச் சாப்பிட அழைத்-தார். பின் ஒவ்வொருவருக்கா தோசை சுட்டு கொடுத்தார் கமலா.

சாப்பிட்டுவிட்டு அப்பெண் குழந்தையை ஒருமுறை பார்த்தார். கமலா சாப்பிட்ட பாத்திரங்களை விலக்கத் தொடங்கினார்.

'பாத்திரங்களை நான் விலக்குறேன் எனக் கூறிய காரணத்தினால், அப்பெண் சமையலறையை விட்டு விரட்டப்பட்டார்.

எல்லா வேலையையும் முடித்துவிட்டு அப்பெண்ணின் அருகில் சென்றார் கமலா.

'கேக்குறேனு தப்பா நினைச்சிக்காதிங்க, உங்க வீட்டுக்காரர் எப்படி இருந்தாரு?' என்று அப்பெண்ணிடம் கமலா கேட்டார்.

'இதுல என்ன இருக்குக்கா................அவரு அதிகமா சிகரெட்டும் தண்ணியும் அடிப்பாரு அதுனாலதான் அவர் இறந்துட்டாரு. அவருடைய அம்மா தீப்பட்டி ஆபீஸில (தீப்பட்டி தொழிற்ச்சாலை) வேலை பாக்குறாக அவரு அப்பா தொழிற்பேட்டைல வாட்ச்மேன்-ஆ இருக்காக, எனக்குக் கொழந்த பொறந்ததுல இருந்து நானும் வேலைக்குப் போகல, என் வீட்டுக்காரரும் இப்போ இல்ல அதான் என்ன பன்றதுனு தெரியமா என் அம்மா வீட்டுக்குக் கிளம்பிட்டேன்' என அப்பெண் கண்ணீருடன் கூறினார்.

கமலாவின் கண்களிலும் கண்ணீர் வழிந்தது.

நீங்க என்ன படிச்சிருக்கீங்க? என்று கமலா கேட்டார்.

'12 வரைக்கும், அதும் முழுசா படிக்கல, வீட்ல கஷ்டம் அதுனால பள்ளிக்கூடத்த பாதியிலே நிப்பாட்டி நான் வேலைக்குப் பொய்ட்டேன்' என்று வருத்தத்துடன் அப்பெண் கூறினார்.

'சரி................இனி நீங்கக் கவலப்படாதிங்க, நான் இருக்கன். உங்கள ஒரு டெய்லரிங் கிளாஸ்ல சேத்து விடுறன், அத ஒரு என்ஜிஓ தான் நடத்துறாங்க, நல்லா பழகிக்கோங்க, நானே உங்களுக்கொரு தையல்மெஷின் வாங்கிதாறேன்' என்று ஆறுதல்தரும் விதமாகக் கமலா கூறினார்.

'ரொம்ப நன்றிக்கா' என்று அப்பெண் கண்ணீருடன் கூறினார்.

'எதுக்கு நன்றிலான் இருக்கட்டும்............ சரி நேரமாச்சு தூங்குவோம்' என்று களைப்புடன் கமலா கூறினார்.

மறுநாள் காலையில் தையல் பயிற்சி நிலையத்தில் அப்பெண்ணை கமலா சேர்த்துவிட்டார்.

'டெய்லி ஒரு மணி நேரம் இங்க வந்து டெய்லரிங் பழகிக்கோங்க, அடுத்து நீங்களே சொந்தமா வீட்ல ஒரு கடைய போட்ருங்க, இப்போ

உங்க அம்மா வீட்டுக்குப் போறீங்களா? இல்ல உங்க மாமியார் வீட்டுக்குப் போறீங்களா? என்று கமலா கேட்டார்.

'நான் அம்மா வீட்டுக்கே போறேன் கா, பாவம் என் மாமனார் மாமியாரே வாடாக வீட்டுலதான் இருக்காக, அதுவும் சின்ன வீடுதான், ஒன்னும் பிரச்சன இல்ல, அம்மா ஊர்ல இருந்து கோவில்பட்டிக்கு 3 கிலோமீட்டர் தான்' என அப்பெண்ணிடமிருந்து பதில் வந்தது.

ஓ! அப்டியா சரி'

கமலா அப்பெண்ணுக்கு இரண்டாயிரம் ரூபாயை கொடுத்தார். அப்பெண் இந்தப் பணத்தை வாங்க மறுத்துவிட்டார். வலுக்கட்டாயமாகக் கமலா அப்பெண்ணின் கையில் கொடுத்தார். வேறுவழியில்லாமல் அப்பெண்ணும் அந்த பணத்தை பெற்றுக்கொண்டார்.

'சரி வண்டில ஏறுங்க உங்க அம்மா வீட்டுல விடுறேன்' என்று தனது இருசக்கர வாகனத்தை நோக்கி நகர்ந்தார் கமலா.

'இல்லக்கா இருக்கட்டும்' என அப்பெண் தயங்கினார்.

'அட சும்மா ஏறுங்க......'

'ரொம்ப நன்றி கா!! நீங்க செஞ்ச உதவிய என் வாழ்க்கைல என்னைக்கும் மறக்கமாட்டேன்' என்று தழுதழுத்த குரலில் அப்பெண் கூறினார்.

'அதெல்லாம் இருக்கட்டும்! நீங்க மொதல்ல ஏறுங்க'

அப்பெண் குழந்தையுடன் அவ்வாகனத்தில் ஏறினார். அவ்வாகனம் அப்பெண்ணின் வீட்டை நோக்கிக் கிளம்பியது. வாழ்கை முடிந்துவிட்டது என நினைத்த அப்பெண்ணிற்கு இது ஒரு புதிய தொடக்கமாகும்.

9

விபரீத விளையாட்டு

வீட்டைக் கட்டிப்பார், கல்யாணத்தை முடித்துப்பார் என்ற சொல்லிற்கு எவ்வளவு வலிமை உள்ளது என்று இவ்விரண்டு செயல்களையும் செய்து முடித்தபின்புதான் ரவிக்கு தெரிந்தது. ரவி ஒரு பட்டதாரி, கோவில்பட்டியிலிருந்து பத்து கிலோமீட்டர் தொலைவில் உள்ள ஒரு கிராமம் தான் இவனது பூர்விகம். சில தலைமுறைகளுக்குப் பின் ரவியின் வாரிசுகளுக்குக் கோவில்பட்டிதான் பூர்விகம். பல மில்லியன் வருடங்களாக எல்லோரும் இடம்பெயர்ந்து கொண்டுதான் இருக்கிறோம். இதில் என்ன பூர்விகம்.

ரவி ஒரு தனியார் துறையில் பணிபுரிகிறான், மூன்று வருடங்களுக்கு முன்புதான் கோவில்பட்டிக்கு வந்து சொந்தமாக வீடு கட்டினான். அவனுடைய அப்பா ஏழு வருடங்களுக்கு முன்பே இறந்துவிட்டார், அம்மா மற்றும் அக்காவுடன் வாழ்ந்து வந்தான், நான்கு வருடங்களுக்கு முன்புதான் அக்காவிற்கு திருமணம் நடந்தது, ஒரு பெண் குழந்தையும் உள்ளது. தற்போது கணவருடன் தென்காசியில் வசித்து வருகிறார்.

ரவி கல்லூரியில் தன்னுடன் படிக்கும் ரம்யா என்ற பெண்மீது காதல் கொண்டான். ரம்யாவும் அவன்மீது காதல் கொண்டாள். படிப்பு முடிந்தது, இவருவருக்கும் வேலையும் கிடைத்துவிட்டது. கிராமத்தில் ரம்யா கஷ்டப்பட கூடாதென்று அங்கிருக்கும் தனது நிலங்களை விற்று, ரவி கோவில்பட்டில் வீடு ஒன்றை கட்டினான். அடுத்து திருமணம்தான். அதில் ஒரு சிக்கலும் ஏற்பட்டது, மனிதன் ஏற்படுத்திய பிழைகளில் ஒன்றான சாதி எனும் பிழை அவர்கள் திருமணத்திற்கு குறுக்கே நின்-

றது.

பல போராட்டங்களுக்குப் பிறகு இருவர் வீட்டின் சம்மதத்துடன் திருமணமும் நடந்து முடிந்தது. திருமணம் முடிந்த இந்த மூன்று மாத காலம் நன்றாகப் போய்க்கொண்டிருந்தது. பல கஷ்டங்களுக்குப் பிறகு ரவி தற்பொழுதுதான் வாழ்வில் நிம்மதியுடன் இருக்கிறான். அன்று வேலை முடிந்து வீட்டிற்கு வந்த அவனுக்கு ஒரு மகிழ்ச்சியான செய்தி காத்துக்கொண்டிருந்தது. அது ரம்யா கர்ப்பமாக இருக்கிறாள் என்ற செய்திதான்.

ரவிக்கு கண்களில் கண்ணீர் பெருக்கெடுத்தது, மகிழ்ச்சியில் தன் மனைவியைத் தூக்கியேவிட்டான்.

'ஏல, கீழ இறக்குல வகுத்துப்பிள்ளக்காரிய தூக்கிக்கிட்டு' என்று ரவியின் தாய் ரவியை கண்டித்தார்.

ரவி ரம்யாவை கீழே இறக்கிவிட்டு, தனது நண்பர்களுக்கு இந்த மகிழ்ச்சியான செய்தியைக் கைபேசி வாயிலாகக் கூறினான். அன்றிரவு அவன் தூங்கவே இல்லை ரம்யாவையும் தூங்கவிடவில்லை, குழந்தையை எப்படி வளர்க்கணும், எந்தப் பள்ளியில் சேர்க்கணும் என்று பேசிக்கொண்டே போனான், ஆனால் பாவம் ரவி, ரம்யா தூங்கி பல மணி நேரம் ஆகிவிட்டது.

இப்படியே சில மாதங்கள் சென்றன, பனிக்காலம் முடிந்து கோடைகாலம் தொடங்கியது. (மரங்களையெல்லாம் வெட்டி வீழ்த்திவிட்ட காரணத்தினால் ஒவ்வொரு வருடமும் வெப்பம் அதிகமாகிக்கொண்டேயிருக்கிறது) அன்றிரவு வெப்பம் அதிகமா இருந்தது, 'மாமா ரொம்ப வெக்கையா இருக்கு' என்று ரம்யா கூறினாள். பின் ரவி வீட்டின் ஜன்னல்களைத் திறந்தான், வெப்பம் சற்று தணிந்தது. அன்றிரவு ரவி தூங்கவேயில்லை, தன் மனைவிக்காக ஒரு ஏசி வாங்கவேண்டுமென்று முடிவு செய்தான்.

ரவிக்கு ஒரு விபரீத எண்ணம் தோன்றியது, பலமுறை விளம்பரங்களில் பார்த்த ஆன்லைன் விளையாட்டு நியாபகம் வந்தது. உடனே அதனை அவன் விளையாடவும் ஆரம்பித்தான். முதலில் விளையாட்டில் ஜெயிக்க தொடங்கிய அவன் போகப் போகத் தோற்க ஆரம்பித்தான். தோற்ற பணத்தை எப்படியாவது மீட்க வேண்டும் என்று வட்டிக்கு கடன் வாங்கி விளையாடினான். கடனும் அதிகமானது, இதனுடன் கவலையும் பயமும் சேர்ந்து அதிகமானது.

சில வாரங்கள் சென்றன. அன்றைக்கு ரம்யாவிற்கு வளைகாப்பு நடந்தது, ரம்யா தனது தாயின் வீட்டிற்கு கிளம்பினாள் கண்களில் கண்ணீருடன், ரவியின் கண்களிலும் கண்ணீர்த்துளிகள் எட்டிப்பார்த்தன. ஏற்கெனவே துன்பக்கடலில் தத்தளித்த ரவிக்கு இப்பிரிவு புயல் போல் அவனைத் தாக்கியது.

ரம்யாவின் வீடும் கோவில்பட்டியில் உள்ளதால், ரவி தினமும் வேலை முடிந்தவுடன் ரம்யாவின் வீட்டிற்கு சென்று அவளைப் பார்த்துவிட்டுச் சிறுது நேரம் பேசிய பிறகே அவனுடைய வீட்டிற்கு செல்வான். இது ரவிக்கு சிறிது நிம்மதியை அளித்தது.

சித்திரை முதல் நாள் அன்று மாலை தீர்த்தம் பார்ப்பதற்கு அனைவரும் கோவில்பட்டி செண்பகவல்லி அம்மன் கோவிலுக்குச் சென்றனர். ரவியின் நண்பன் சலீம் ரவிக்கு பல முறை அலைபேசியில் அழைத்தும் ரவி அழைப்பை ஏற்கவில்லை. இதனால் நேராக ரவியின் வீட்டிற்கே சென்றுவிட்டான் சலீம்.

அதே நேரத்தில் ரம்யாவிற்கு பிரசவவலியும் வந்தது. ரம்யாவை கோவில்பட்டி அரசு மருத்துவமனைக்கு அழைத்துச் சென்றனர். மருத்துவமனைக்குப் போகும் வழியில் ‘அவருக்குப் போன் பன்னுங்க, அவர சீக்கிரம் வரச்சொல்லுங்க’ என்று வேதனையுடன் ரம்யா கூறினாள். ரவிக்கு போன் செய்தனர் ஆனால் ரவி எடுக்கவில்லை. ஒரு வழியாக மருத்துவமனைக்கும் வந்துவிட்டனர்.

ரம்யாவை பிரசவ அறைக்குள் அழைத்துச் சென்றனர். ரம்யாவின் அப்பா, தம்பி என சிலர் பிரசவ அறைக்கு வெளியே பதற்றத்துடன் காத்துக்கொண்டிருந்தனர், ரம்யாவின் அம்மா மட்டும் ரம்யாவுடன் உள்ளே சென்றார். அதேவேளையில் ரம்யாவின் தந்தை ரவிக்கு பலமுறை போன் செய்தார் ஆனால் ரவி எடுக்கவில்லை. சிறிது நேரத்திற்கு பிறகு குழந்தை அழும் சத்தம் கேட்டது. குழந்தை சுகப்பிரசவத்தில் பிறந்தது அதுவும் பெண் குழந்தை, அனைவரும் மகிழ்ச்சியுடன் குழந்தையைப் பார்த்தனர். ‘ரவி இன்னும் வரலப்பா, அவருக்குப் போன் பண்ணிங்களாப்பா?’ என்று அழுதுகொண்டே ரம்யா தன் தந்தையிடம் கேட்டாள்.

‘அவருக்குப் பல தடவ போன் பண்ணிட்டேன் எடுக்க மாட்டிக்கரு மா, கோவிலுக்குப் போயிருக்காரோ என்னமோ’ என்று ரம்யாவின் தந்தை கூறினார்.

'எங்க போனாலும் வீட்டுக்கு வந்துட்டு பாத்துட்டுதானே போவாரு, இன்னைக்கு வரவே இல்லையேப்பா' என்று ரம்யா கூறினாள்.

'நான் வீட்டுல போய்ப் பாத்துட்டு வாறன் மா' என்று தனது இரு-சக்கர வாகனத்தை எடுத்துக்கொண்டு அங்கிருந்து கிளம்பினார்.

ரம்யாவின் அப்பா மருத்துவமனையைவிட்டு செல்லும்பொழுது அவசர பிரிவிற்குள் ரவியை உள்ளே கொண்டுசெல்வதை பார்த்தார். பின் இவரும் பதற்றத்துடன் பின்னாலே சென்றார். ரவியின் நண்பர் சலீ-மிடம் விசாரித்ததில் ரவி எலி மருந்தைக் குடித்துவிட்டான்னென்று சலீம் கூறினான். ரம்யாவின் அப்பாவிற்கு ஒரு நிமிடம் தூக்கிவாரிபோட்டது. ஏன்? என்னாச்சு? என்று சலீமிடம் வினவினார்.

'அதான் தெரியல சார், திருவிழா பாக்க போகலாம்னு அவனுக்குப் போன் பண்ணேன், அவன் போன எடுக்கவேயில்ல, அதான் ரவி வீட்-டுக்குப் போனன். அங்க அவன் கீழ படுத்திருந்தான், ஏதோ உளறிட்டு இருந்தான் பக்கத்துல எலிமருந்து பாட்டில் இருந்தது அவனோட சட்-டையிலும் கொஞ்சோம் கொட்டிருந்துச்சு உடனே அவன இங்க கொண்-டுவந்துட்டன். அவனோட அம்மாவும் வீட்டுல இல்ல, ரவி அக்காவ பாக்க தென்காசி வரைக்கும் போயிருக்காங்க' என்று சலீம் வேகவேக-மாக ரம்யாவின் தந்தையிடம் கூறினான்.

ரம்யாவின் தந்தையின் முகம் அதிர்ச்சியில் உறைந்தது, முகம் உறைந்தாலும் கண்களில் கண்ணீர் வந்தது அவரை அறியாமல்.

'நீங்க எப்படி இங்க வந்திங்க சார்? உங்களுக்கு யார் சொன்னாங்க?' என்று சலீம் கேட்டான்.

'என் மகளுக்குப் பிரசவ வலி வந்தது அதான் இங்க வந்தோம், நல்-லபடியா அவளுக்கு ஒரு பெண் குழந்த பிறந்திருக்கா, அதான் மாப்பி-ளைக்கு போன் பண்ணேன் அவரு எடுக்கவேயில்ல, அதான் வீட்டுக்குப் போய்ப் பாக்கலாம்னு கிளம்புனேன், இப்போ அவர இப்டி பாக்றேன்' என்று கண்ணீருடன் கூறினார்.

மருத்துவர் அந்த அறையிலிருந்து வெளியே வந்து 'எல்லா எலி மருந்தையும் வெளில எடுத்துட்டோம் இனி பயப்படறதுக்கு ஒன்னும்-மில்ல' எனக் கூறினார்.

மருத்துவர் கூறியதை கேட்டபின்தான் இருவருக்கும் சற்று நிம்மதி-யாக இருந்தது, பின் இருவரும் உள்ளே சென்றார்கள்.

'என்னல இப்டி பண்ணிட்ட' என்று சலீம் ரவியைப் பார்த்துக் கேட்டான்

பின் 'சார் இருங்க டீ வாங்கிட்டு வாறன்' என்று சலீம் டீ வாங்குவதற்கு சென்றான்.

'என்ன மாப்ள இப்படி பண்ணிட்டீங்க உங்கள நம்பித்தான என் பொண்ண உங்ககூட அனுப்புனேன்' என்று கண்களில் கண்ணீருடன் கூறினார். பின் 'உங்களுக்குப் பொம்பள பிள்ள பொறந்துருக்கு மாப்ள' என்று மகிழ்ச்சியுடன் கூறினார். ரவி முகத்தில் மகிழ்ச்சி பொங்கியது.

'எப்போ மாமா?' என்று ரவி தன் மாமனாரிடம் கேட்டான்.

'கொஞ்ச நேரத்துக்கு முன்னாடிதான் மாப்ள, சுகப்பிரசவம் தான்' என மாமனாரிடமிருந்து பதில் வந்தது.

'என்ன மன்னிச்சுருங்க மாமா நான் ஆன்லைன் கேம்ல காசு வரும்னு அத விளையாண்டன், ஆரம்பத்துல நல்லாத்தான் இருந்துச்சு, போகப் போக நான் தோத்துட்டே இருந்தேன், விட்ட பணத்த புடிக்குனும்னு வட்டிக்கு வாங்கி விளையாண்டேன், ஆனாலும் தோத்துட்டே இருந்தேன், கடன்காரங்க தொல்ல அதிகமா இருந்துச்சு, என்ன பன்றதுனு தெரில பைத்தியம் புடிக்கிறமாதிரி இருந்துச்சு, அதான் எலி மருந்த குடிச்சுட்டேன்' என்று தான் செய்த முட்டாள் தனத்தை தன் மாமனாரிடம் ரவி கூறினான்.

'எவ்ளோ மாப்ள கடன்?'

'கிட்டத்தட்ட 4 லச்சம் இருக்கும் மாமா'

'ஒரு வார்த்தை என்கிட்ட சொன்னா நான் ஏற்பாடு செஞ்சிருப்பம்ல மாப்ள, எதுக்கு மாப்ள இந்த விபரீத விளையாட்டு? என்று ரம்யாவின் தந்தை வருத்தத்துடன் கூறினார்.

'சரி..........விடுங்க மாப்ள, பணத்த பத்தி நீங்கக் கவலப்படாதீங்க அத நான் பாத்துகிறேன், இனிமேல் நீங்க இந்த மாதிரி விபரீத விளையாட்டுகள விளையாடாதீங்க' என தனது மருமகனுக்கு நம்பிக்கையளித்தார்.

'சார் இந்தாங்க டீ' என்று சலீம் டீயினை கொடுத்தான்.

'என்ன தம்பி இது, நான் தான் பேத்தி பொறந்ததுக்கு ஏதாவது வாங்கி கொடுக்கணும், நீங்கப் போய் டீ வாங்கிட்டு வந்துருக்கீங்க' எனச் சிரித்துக்கொண்டே ரம்யாவின் தந்தை கூறினார்.

'மாப்ள நான் போய் டாக்டர்ட, பேசிட்டு வாறன் நாம குழந்தைய பாக்க போவோம்' என ரம்யாவின் தந்தை ஆர்வமுடன் கூறினார். மருத்துவரும் இதற்குச் சம்மதம் தெரிவித்தார்.

'மாமா இந்த விஷயம் ரம்யாவுக்கு தெரிய வேண்டாம், பிறகு சொல்லுவோம்' என்று கூறியவாறே ரவி எழுந்தான்.

மூவரும் பிரசவ அறையை நோக்கி நடந்தனர்.

10

உயிரைக் காத்த காவல்துறை

கடலின் நடுவேயுள்ள பாறையின் மேல் அமர்ந்து விவேகானந்தர் தியானம் செய்த கன்னியாகுமரி மாவட்டத்தில் பிறந்த ஐ.பி.எஸ் அதிகாரி சைலேந்திர பாபு அவர்கள் இன்று தமிழக இளைஞர்களின் விவேகானந்தராகத் திகழ்கிறார். காவல் துறையில் உயர் பதவியில் பணியாற்றிவரும் இவர், செய்த சாதனைகள் பல, உடலளவிலும் மனதளவிலும் மிகவும் வலிமையுடையவர். கல்வி, ஒழுக்கம், உடலாரோக்கியம், வாழ்வில் முன்னேறுவதற்கான சிந்தனைகள் இவற்றைப் பற்றி மாணவர்களுக்குக் கூறிக்கொண்டே இருப்பவர். இப்படி இவரைப் பற்றி இவர் செய்த சாதனைகளைப் பற்றிக் கூறிக்கொண்டே போகலாம்.

அன்று காலை நான்கு மணிக்கு எழுந்து சரியாக ஐந்து மணியளவில் திருநெல்வேலியிலிருந்து - சென்னைக்கு தனது குழுவுடன் சைக்கிளில் தன்னுடைய இனிமையான பயணத்தைத் தொடங்கினார். அந்த அருமையான காலை வேளையில் அவர்கள் அனைவரும் உற்சாகத்துடன் கிளம்பினர்.

'புதுப்பெண் வெட்கப்படுவதைப் போல் மெல்ல மெல்ல காலைக் கதிரவன் மேலே வந்தார், பறவைகள் தங்களது இனிமையான குரல் ஓசைகளுடன் சூரியனை வரவேற்றனர், இனிமையான காலைக்காற்றும் ஞாயிற்றை வரவேற்றது'

இவையனைத்தையும் காணவேண்டுமெனில் அதிகாலையில் எழ வேண்டும் அப்பொழுதுதான் இந்த இன்பத்தை அனுபவிக்க முடியும். இவையனைத்தையும் ரசித்தபடியே ஐ.பி.எஸ். அதிகாரி சைலேந்திர பாபுவும் மற்றும் அவரது குழுவினரும் சைக்கிளில் சென்றனர்.

இவையனைத்தும் இயற்கையன்னை கொடுக்கும் உற்சாகம், அதிகா-லையில் எழுந்தால் மட்டுமே இந்த உற்சாகத்தை நாம் பெற முடியும், அப்படி இதனைப் பெற்றுவிட்டால் அன்றைய தினம் மிகச்சிறப்பாக அமையும்.

இயற்கையன்னை கொடுத்த உற்சாகத்தில் விரைந்து சென்ற அவர்-கள், ஒரு கிராமத்திற்கு அருகில் சென்றுகொண்டிருக்கும்பொழுது திடீ-ரென்று நின்றார்கள். சாலையின் இருபுறங்களிலும் வயல்கள், அவ்வ-யல்களுக்கு அருகில் மரங்கள், மரங்களுக்கு மேலே பறவைகள் எழுப்பும் கானம், பசுமை மனம் மற்றும் தோள்களில் மண்வெட்டியை சுமந்தபடி விவசாயிகள் வயல்வெளிகளில் நடந்து வரும் காட்சி, இந்தப் பேரழகை பார்த்துவிட்டு மேலும் தங்களது பயணத்தைத் தொடர்ந்தனர். மணி 6-ஐ தாண்டியது, ஒரு தேநீர் கடையில் நின்று தேநீர் அருந்தியபின் தங்களது பயணத்தை மீண்டும் தொடர்ந்தனர்.

திருநெல்வேலியிலிருந்து கிளம்பிய அவர்கள் தற்பொழுது தாமிரப-ரணி ஆற்றுக்கு வந்துவிட்டனர். அங்கு நின்று பொதிகை மலையி-லிருந்து உற்பத்தியாகி பல கிராமங்களின் வழியாகப் பாய்கின்ற தாமி-ரபரணியாற்றின் ரம்மியமான காட்சியைப் பார்த்துக்கொண்டிருந்தனர். அப்பொழுது அவர்களைக் கடந்து சென்ற ஒரு இருசக்கர வாகனம் நிலைதடுமாறி பாலத்தின் தடுப்பு சுவற்றில் மோதியது. அதிலிருந்தவர் ஆற்றில் தூக்கி வீசப்பட்டார்.

இதனைப்பார்த்த சைலேந்திர பாபு அவர்கள் சற்றும் யோசிக்காமல் அவரும் ஆற்றில் குதித்தார், அவரைத்தொடர்ந்து அவருடன் வந்திருந்த மற்ற மூன்று காவலர்களும் குதித்தனர்.

கடலில் ஒரு முறை 6 கிலோமீட்டர் வரையிலும், மற்றொரு முறை 36 கிலோமீட்டர் வரையிலும் நீந்தியுள்ள அவருக்கு இந்த ஆற்றில் நீந்-துவது அவ்வளவு கடினமாக இல்லை, விரைவாகக் அவர்கள் கரையை அடைந்தார்கள்.

அப்பகுதியில் இருந்த சிலர் அவர்களுக்கு உதவி செய்தனர். ஆற்-றின் கரையிலிருந்து சாலையின் ஓரத்திற்கு அவர்கள் சென்றனர். ஆற்-

றில் குதித்த அனைவருக்கும் சிறு காயங்களே ஏற்பட்டன, யாருக்கும் பெரிதளவில் காயங்கள் ஏதும் ஏற்படவில்லை.

சில நிமிடங்களுக்குப் பிறகு 'சார் ரொம்ப நன்றி சார், கடவுள் மாதிரி வந்து என்ன காப்பாத்துணிங்க சார்' என ஆற்றில் விழுந்தவர் கூறினார்.

'எதுக்கு தம்பி இவ்ளோ வேகமா போறீங்க, அதிவேக பயணம் ஆபத்தில் முடியும்னு தெரியாதா? தலைல ஹெல்மெட்டும் போடல தலைக்கவசம் உயிர்கவசம்னு தெரியாத தம்பி?'

'சார் என் மனைவிக்குப் பிரசவ வலி வந்துச்சு, அதான் பக்கத்துல ஆட்டோ புடிச்சுட்டு வரலாம்னு வந்தேன் அதுக்குள்ளயும் இப்படி ஆயி-ருச்சு சார்' என்று கலக்கத்துடன் அந்த நபர் கூறினார்.

'சரி யாராவது ஆட்டோ புடிச்சிட்டு வாங்க' என ஒருவர் கூறினார்.

சில நிமிடங்களில் ஆட்டோவும் வந்தது, அந்த நபர் அதிலேறி சென்றார்.

'எப்டியோ அவர காப்பாத்திட்டோம் சார்' என்று அவருடன் வந்த ஒருவர் கூறினார்.

'ஆமா சார்' என்று ஐ.பி.எஸ் அதிகாரி சைலேந்திர பாபு கூறினார்.

பின் அனைவரும் அவ்விடத்தைவிட்டு கிளம்பினர்.

'என்னல ஒரு ஆட்டோவ புடிச்சுட்டு வர்றதுக்கு இவ்ளோ நேரமா? ஆமா வண்டில தான போன வண்டிய எங்க? என ஆற்றில் விழுந்த நபரிடம் அவரின் தந்தை கேட்டார்.

அந்த நபர் ஆட்டோவிலிருந்து கீழே இறங்கியதும், அவரது உடலில் காயம் இருப்பதைக்கண்டு அவரின் தந்தை பதறிப்போனார்.

'என்னல ஆச்சு? உடம்பெல்லாம் ஈரமா இருக்கு, ரத்தம் வருது' என அவரின் அப்பா விசாரித்தார்.

'ஆட்டோ பிடிக்கப் போகும்போது பாலத்துல இருந்து கீழ விழுந்துட்-டேன் பா............அவ்ளோதான் நான் செத்துட்டேன்னு நினைச்சன், அப்போதான் கடவுள் மாதிரி ஒருத்தர் வந்து காப்பாத்துனாரு, கரைக்கு வந்து பாத்தா அது சைலேந்திர பாபு சாரு.........அவர் மட்டும் இல்-லனா இந்நேரம் இங்க இருந்திருக்க மாட்டேன்' என ஒரு நிமிடத்தில் நடந்த எல்லாவற்றையும் தனது தந்தையிடம் கூறினார் அந்த நபர்.

'சரி லட்சுமிய வரச்சொல்லுங்க ஆஸ்பத்திரிக்கு போவோம்' என்று அந்த நபர் கூறிவிட்டு வீட்டை நோக்கிச் சென்றார்.

www.ingramcontent.com/pod-product-compliance
Lightning Source LLC
LaVergne TN
LVHW101954220826
846093LV00006B/217

* 9 7 9 8 8 8 6 6 7 9 2 7 4 *